AF751671

ശിഹാബുദ്ദീൻ പൊയ്ത്തുംകടവ്

1963 ഒക്ടോബർ 29 ന് കണ്ണൂർ ജില്ലയിലെ വളപട്ടണത്തിനടുത്തുള്ള പൊയ്ത്തുംകടവ് ഗ്രാമത്തിൽ ജനനം. മാതാവ്: ഖദീജ, പിതാവ്: ഇബ്രാഹിം. ഹിദായത്തുൽ ഇസ്ലാം എൽ.പി. സ്കൂൾ, വളപട്ടണം ഗവ:ഹൈസ്കൂൾ, ബ്രണ്ണൻ കോളേജ് എന്നിവിടങ്ങളിൽ വിദ്യാഭ്യാസം. തുടർന്ന് പല ജോലികൾ ചെയ്തു. ആദ്യകഥ ചന്ദ്രിക ആഴ്ചപ്പതിപ്പിൽ പ്രസിദ്ധീകരിച്ചു.

പ്രധാന കൃതികൾ : ആർക്കും വേണ്ടാത്ത ഒരു കണ്ണ്, മഞ്ഞുകാലം, തല, കത്തുന്ന തലയിണ, തിരഞ്ഞെടുത്ത കഥകൾ, മലബാർ എക്സ്പ്രസ്സ് (കഥാസമാഹാരം), കടൽ മരുഭൂമിയിലെ വീട്, നൂറ്റാണ്ടുകളായി കാത്തുവെച്ചത്, അജ്ഞതയുടെ കണ്ണുകൾ (കവിതാ സമാഹാരം), ഈർച്ച, നല്ല അയൽക്കാരൻ (നോവലെറ്റ്), കഥാപാത്രം വീട്ടുമുറ്റത്ത് (ലേഖനസമാഹാരം), ശിഹാബുദ്ദീന്റെ കഥകൾ 'യാരിക്കും വേണ്ടാത്ത കൺ' എന്ന പേരിൽ 16 കഥകളുടെ സമാഹാരം തമിഴിൽ പ്രസിദ്ധീകരിച്ചിട്ടുണ്ട്. 'Tajmahalina Khaidigalu' എന്ന പേരിൽ കന്നഡത്തിലേക്ക് കഥകൾ മൊഴിമാറ്റം ചെയ്ത് പ്രസിദ്ധീകരിച്ചിട്ടുണ്ട്. തമിഴിനു പുറമെ വിവിധ ഇന്ത്യൻ ഭാഷകളിലും ഇംഗ്ലീഷ്, ഫ്രഞ്ച്, അറബി ഭാഷകളിലും രചനകൾ പ്രസിദ്ധീകരിച്ചിട്ടുണ്ട്.

പ്രശസ്ത സംവിധായകൻ പി.എൻ. മേനോൻ സംവിധാനം ചെയ്ത ആദ്യകാല മെഗാസീരിയലുകളിലൊന്നായ 'കസവി'ന്റെ തിരക്കഥ രചിച്ചു. 'ഖബർ', 'ആൾമാറാട്ടം' തുടങ്ങിയ ടെലിഫിലിമുകൾ പരസ്യ സിനിമകൾ ഇവ സംവിധാനം ചെയ്തിട്ടുണ്ട്.

പുരസ്കാരങ്ങൾ : കേരള സാഹിത്യ അക്കാദമി അവാർഡ്, പി. പത്മരാജൻ പുരസ്കാരം, 1992-ലെ വി.ടി.ഭട്ടതിരിപ്പാട് അവാർഡ്, സ്റ്റേറ്റ് ബാങ്ക് ഓഫ് ട്രാവൻകൂർ, അബുദാബി മലയാളി സമാജം, അരങ്ങ് സാംസ്കാരിക വേദി എന്നിവയുടെ പുരസ്കാരങ്ങൾ.

വിവിധ യൂണിവേഴ്സിറ്റികളിൽ കഥകൾ പാഠ്യവിഷയമായിട്ടുണ്ട്. ആറ് വർഷത്തെ ഗൾഫ് പത്രപ്രവർത്തന ജീവിതം.

ഭാര്യ: നജ്മ എം.കെ, മക്കൾ: റസ്സൽ, റയാൻ, റസിയ, സഹീർ.

വിലാസം: പി.ഒ. വളപട്ടണം, കണ്ണൂർ -10
e-mail: shihabkadavu@yahoo.com
Blog: www.namukkidayil.blogspot.com

Malayalam Language
Baharainile Kakkakal
(Stories)
by
Shihabuddin Poithumkadavu
♦
Published in March 2023
by Kairali Books Private Limited
Thalikkavu Road, Kannur.
Ph : 0497-2761200
Email : kairalibooksknr@gmail.com
♦
Cover Design
Prasanth Mangad
♦
Printed at
Printing Park, Tly.

Price ₹ : 200.00
118/22-23/Sl.No.1426/500/NS 18.6
ISBN 978-93-93397-26-3

ബഹറൈനിലെ കാക്കകൾ

ശിഹാബുദ്ദീൻ പൊയ്ത്തുംകടവ്

കൈരളി ബുക്സ്

ഉള്ളടക്കം

ബഹറൈനിലെ കാക്കകൾ

പുറത്തിറങ്ങുമ്പോൾ ഭാര്യ ചോദിച്ചു:

'എങ്ങോട്ടാ നിങ്ങളീ നട്ടുച്ചയ്ക്ക്?'

'രണ്ട് ദിവസം കഴിഞ്ഞ് ബഹറൈനിൽ പോവ്വല്ലേ. സാഹിത്യസമ്മേളനത്തില് പങ്കെടുക്കാൻ. മുടി വല്ലാതങ്ങ് വളർന്നു.'

'പിന്നേ, തലയില് കാട്പോലെയല്ലെ മുടി കെടക്ക്ന്നത്! ഇനി അധികകാലം വെട്ടേണ്ടിവരില്ല.'

സാഹിത്യകാരനാണെങ്കിലും എനിക്ക് ദേഷ്യം വന്നു.

'ഞാൻ വെട്ടും തലയോട്ടിക്കുമേലെ നാല് രോമമാണെങ്കിൽ അത്. നിന്റെ ചെലവിലൊന്നുമല്ലല്ലോ അത് വളർന്നത്. പിന്നെ കഷണ്ടി. ബുദ്ധിയുടെ ലക്ഷണമാ.'

'അതെ, ലക്ഷണമേയുള്ളൂ.'

ആരോ അങ്ങനെ പറഞ്ഞോ? തിരിഞ്ഞുനോക്കിയപ്പോൾ ഭാര്യയെ അടുത്തെങ്ങും കണ്ടില്ല.

ബാർബർ അലീക്ക ഞങ്ങൾ നാട്ടുകാർക്ക് പ്രിയപ്പെട്ടവനാണ്. ആൾ സഖാവാണെങ്കിലും ചന്ദ്രികയടക്കം നാല് പത്രമിടുന്നുണ്ട്. ഞാൻ ചെല്ലുമ്പോൾ ഒരു ചെറുപ്പക്കാരന്റെ മുടി വെട്ടുകയാണ്. തീരാറായപ്പോൾ ചെറുപ്പക്കാരന്റെ ആകെ മൊത്തം ടോട്ടൽ കോലം ഒന്നു നോക്കി അലീക്ക ചോദിക്കുന്നതു കേട്ടു:

'ഞാൻ ഒരിക്കൽക്കൂടി ചോദിക്ക്വാ, അവ്വക്കറേ...നീ അമേരിയ്ക്കയ്ക്ക് പോവ്വാന്നല്ലേ പറഞ്ഞത്. നിന്റെ ഈ താടിയൊന്ന് എടുത്തൂടെ? അവിടെ എയർപോർട്ടില് പിടിച്ചുവെക്കും ചെലപ്പം.'

ഇഷ്ടപ്പെടാത്ത മട്ടിൽ അവൻ ഒന്നു മൂളി.

'ഒന്ന് സൈസ് ചെയ്താ കാണാൻ ചേലുണ്ടാവും.' അലീക്ക ഒന്നുകൂടി പറഞ്ഞുനോക്കി.

'വേണ്ടാന്ന് പറഞ്ഞില്ലേ'. അവൻ രൂക്ഷമായി ഒന്നു നോക്കി.

എന്നിട്ട് പറഞ്ഞു,

'ഷാരൂഖാന് താടീണ്ടായിറ്റാണോ പിടിച്ചുവെച്ചത്? മ്മടെ പ്രസിഡണ്ട് കലാമിനുണ്ടായിരുന്നോ?' അവന്റെ ക്ഷോഭം അടങ്ങിയില്ല.

അലീക്ക പിന്നെയൊന്നും മിണ്ടിയില്ല.

എന്റെ തലയേൽപ്പിച്ചപ്പോൾത്തന്നെ അലീക്ക പറഞ്ഞു:

'കൊഴിച്ചല് കൊറച്ച് വേഗത്തിലാണല്ലോ.'

'നമുക്ക് പ്രത്യേകിച്ചൊന്നും ചെയ്യാനില്ല, അലീക്കാ. കാലം അങ്ങനെയല്ലേ പോണത്. ഭയങ്കര വാശിയാ എല്ലാവർക്കും. ഒട്ടും കടും പിടിത്തം ഇല്ലാത്തത് രോമത്തിനുമാത്രം.'

ഞാൻ ദയനീയമായി ചിരിച്ചു.

'ബഹറൈൻവരെ ഒന്നു പോണം. നാല് ദെവസത്തിന്.'

'പരപ്പനങ്ങാടിവരെ പോയിട്ട് വരാന്ന് പറയുന്ന ചേലിക്കാ, ബഹ റൈൻവരെ പോക്ന്ന്. കാലം പോയ പോക്ക്!'

ചെറുപ്പക്കാരൻ പോയപ്പോൾ അല്പം ശബ്ദം കുറച്ച് അലീക്ക പറഞ്ഞു.

'കാലമൊക്കെ അട്ടിമറിയ്യാ. നിങ്ങള് കദയും കവിദേം എയ്തി ട്ടൊന്നും കാര്യല്ല.'

'എന്താ പ്രശ്നം?'

'ഇസ്ലാമിന്റെ കാര്യംതന്നെ. ഒക്കെ താടിമ്മലാ. മുഹമ്മദ് അബ്ദു റഹ്മാൻ സാഹിബിന് താടീണ്ടാ? എന്താ കൊഴപ്പം? ദേശീയവാദിയാ യ, ഒന്നാന്തരം ഈമാനുള്ള സാമഹിബ്, അവസാനത്തെ സമ്പാദ്യം രാജ്യത്തിന് കൊടുത്തു. സി.എച്ചിന് താടീണ്ടോ? സീതിസാഹിബിനും ഇല്ല. മ്മടെ ബഷീറിനില്ല, നല്ല ഊതിക്കാച്ചിയ പൊന്ന് പോലത്തെ പാട്ട് പാടുന്ന ബാബുരാജിന്നൂല്ല, താടി. പ്രേംനസീറാണെങ്കില് ജോസ് പ്രകാശിന്റെ വല്ല കൊള്ളസംഘത്തിലോ മറ്റോ പോകുമ്പോ ഒന്ന് താടി വെക്കും. അത്രതന്നെ. താടി പോയിട്ട് മീശ പോലുമില്ലാതെ ശ്രീകൃ ഷ്ണനായി വന്നാല് എന്തൊരു ഈമാനാപ്പാ മൂപ്പരെ മൊഖത്ത്.'

അലീക്കാന്റെ സംസാരം കേട്ടിരിക്കാൻ നല്ല രസാ. എയർക്കണ്ടീ ഷനിൽ കയറിയപോലെയാ. ഞാനൊരിക്കൽ അലീക്കാനോട് ചോ ദിക്കേം ചെയ്തു.

'അല്ല, അലീക്കാ, അലീക്കാന്റെ ഈ ബ്യൂട്ടി ബാർബർഷാപ്പിന്റെ ബോർഡിന്റെ അടീല് എയർക്കണ്ടീഷൻഡ് എന്ന് കൂടി എഴുതിവെ ച്ചാലോ?'

മൂപ്പർക്കത് പെരുത്ത് ഇഷ്ടായി.

എങ്കിലും ജാള്യത മറച്ചുവെക്കാൻ ഒരു ഡയലോഗ് നാണിച്ചു നാണിച്ചു പുറത്തുവന്നു.

'നീ കളിയാക്ക്വോന്നും വേണ്ട. ന്റെ മൂത്തമോൻ അസർപ്പ് ദുബായി പോയി വരട്ട്. ഞാനും വെക്കും ഒരു ഏ.സി.'

ഇത്തവണ ബഹറൈനിലെത്തുന്നത് നല്ല തണുപ്പുകാലത്താണ്. കോട്ടും മഫ്ളറുമില്ലാതെ ആർത്തും പുറത്തിറങ്ങാനാവാത്തത്ര തണുപ്പ്. സൂര്യൻ അധികസമയവും മഞ്ഞുമൂടി മങ്ങിയ ആകാശത്തിനുള്ളിലാണ്.

ബഹറൈനിലെത്തിയതിന്റെ പിറ്റേന്ന് വെള്ളിയാഴ്ച.

അവധിദിവസത്തിന്റെ ഊഷ്മളതയിൽ എല്ലാവരും മൂടിപ്പുതച്ചുറങ്ങി. ഉച്ചകഴിഞ്ഞ് വെയിൽ ഒന്നു മൂത്തുനിൽക്കുന്ന സമയത്ത് കേരളീയസമാജത്തിൽ എന്റെ പ്രസംഗവും തുടങ്ങി.

വൈകിട്ട് സ്നേഹസമ്പന്നരായ സംഘാടകർ പറഞ്ഞു, 'നമുക്ക് ബഹറൈനിൽ ഒന്ന് ചുറ്റാം. ചെറിയൊരു ദ്വീപാണിത്. ഏതാനും മണിക്കൂർകൊണ്ട് രാജ്യം മൊത്തം കണ്ടുവരാം.'

കടൽവഴി സൗദിയിലേക്ക് നിർമ്മിച്ച 25 കി.മീ പാലവും ഹെറിറ്റേജ് വില്ലേജുമൊക്കെ കണ്ട് ഒടുവിൽ ഞങ്ങൾ തുറമുഖക്കാഴ്ചയിലുമെത്തി. നല്ല തണുത്ത കാറ്റ് വീശുന്നുണ്ടായിരുന്നു. വളരെ വിശാലവും ആധുനികരൂപത്തിൽ പണിതതുമായ ആ തുറമുഖത്ത് നങ്കൂരമിട്ട കപ്പലുകളിലൊന്നിന്റെ വലുപ്പം എന്നെ വല്ലാതെ ആകർഷിച്ചു. പടുകൂറ്റൻ ഗോഡൗൺ പോലുണ്ട്.

എവിടെനിന്നോ ചുട്ടുകൊണ്ടുവന്ന ചോളത്തിൽ ചെറുനാരങ്ങയും ഉപ്പും പുരട്ടി ഷബിനി അത് എനിക്കായി നീട്ടി. ഉണൈസും ഫിലിപ്പും ഞങ്ങളുടെ കമ്പനിയിൽ സജീവം.

പെട്ടെന്നാണ് ഞാനത് കണ്ടത്. കടലോരത്ത് വരിവരിയായി നീണ്ടുകിടക്കുന്ന കുറ്റി. ഏതോ കറുത്ത പക്ഷി ശീതകാലകാറ്റേറ്റ് ചൂളിച്ചുരുങ്ങി വിറച്ച് ആ കുറ്റിക്കു മുകളിൽ കൂനിപ്പിടിച്ചിരിക്കുന്നു. ഞാൻ കൗതുകമടക്കാതെ ചോദിച്ചു:

'എന്താണത്, ഒട്ടുമിക്ക കുറ്റിക്കുമുകളിലും?'

ഉണൈസാണ് വിശദീകരിച്ചത്.

'അത് നമ്മുടെ നാട്ടിൽനിന്നു വന്ന കാക്കകളാണ്.'

'കാക്കയോ? നാട്ടിൽനിന്നോ? മരുഭൂമിയിലിതെങ്ങനെയെത്തി?'

'ഒന്നും പറയേണ്ട. ഗുജ്റാത്ത്ന്ന് ഗോതമ്പും കയറ്റി കൊച്ചിക്ക് വന്ന കപ്പല്. നല്ല ടൗൺഹാള് പോലത്തെ കപ്പലല്ലേ. ദേ, ആ കെടക്ക്ന്ന് കപ്പല്. അതുതന്നെ. കൊച്ചിക്ക് കൊറച്ച് ഗോതമ്പും ഇറക്കി, കൊറച്ച് വയനാടൻ കഴമേം പാലക്കാടൻ രാജഭോഗം അരീം കയറ്റി ബഹറൈനിലേക്ക് വരികയായിരുന്നു. അരീം ഗോതമ്പും കൊത്തിപ്പെറുക്കാൻ വന്ന അനേകം കാക്കകള്, ആവ്ന്ന പണി മുഴുവൻ ചെയ്ത് നോക്കീട്ടും കാക്കകള് പിന്നേം കപ്പലിനകത്ത് തന്നെ. അവസാനം പ്രാന്തെളകി

ഏതോ ബംഗാളിത്തൊഴിലാളി അതങ്ങ് അടച്ചുകളഞ്ഞു. കൊച്ചിയിൽനിന്ന് ദിവസങ്ങളോളം കടൽയാത്ര കഴിഞ്ഞ് ബഹറൈൻ തുറമുഖത്തെത്തി, കപ്പൽ. ആ കെടക്ക്ന്ന് കാക്കകൾ കപ്പലിൽനിന്ന് പുറത്തിറങ്ങി. അതോടെ അതിന്റെ ഗതി അധോഗതീം വെള്ളിയാഴ്ചയുമായി.'

'അതികഠിനമായ കാലാവസ്ഥ ആണല്ലോ.'

'കാലാവസ്ഥ മാത്രമോ, കയറിക്കെടക്കാൻ ഒരു മരണ്ടോ? ഇത് മരുഭൂമിയല്ലെ.'

'കപ്പലീന്ന് പൊറത്തായതോടെ തിന്നാനും കിട്ടാണ്ടായി. ഇവിടെ ബഹറൈന്റെ ഒരു ദേശീയപക്ഷിയുണ്ട്. ബുൾബുള്, മുതിർന്ന കോഴിക്കുഞ്ഞിനെപ്പോലെയിരിക്കും. തരം കിട്ടുമ്പോഴൊക്കെ അതിനേം പിടിച്ചുതിന്ന് കുറ്റീല് തണുത്ത് വിറച്ചുകിടക്കും, നമ്മുടെ കാക്കകള്. പാമ്പ് കടിച്ചവന്റെ തലേല് ഇടി വീണെന്ന് പറഞ്ഞപോലെ ഇപ്പം പുതിയ ഒരു പ്രശ്നവും.'

'ഇനീം പ്രശ്നോ?'

'ബഹറൈനിലെ ദേശീയപക്ഷിയായ ബുൾബുളിനെ എവിടെനിന്നോ എത്തിയ ക്രോ എന്ന പക്ഷി ശാപ്പിട്ടുകൊണ്ടിരിക്കുകയാണ്. ഇതേ പോക്ക് പോയാ നമ്മളെ ദേശീയപക്ഷി ഫോട്ടത്തില് മാത്രമാവും. എന്തു ചെയ്യണം? ഇങ്ങനെയൊരു റിപ്പോർട്ട് ഇവിടുത്തെ പരിസ്ഥിതി ശാസ്ത്രജ്ഞർ ഗവൺമെന്റിന് കൈമാറി.'

'അയ്യോ, എന്നിട്ടോ?'

ഗവൺമെന്റ് ഉടൻ പ്രതികരിച്ചു.

'ഞമ്മളെ ബുൾബുളിനെ തിന്നുന്ന ഏത് ഹംക്ക് ക്രോനെ ഏടെ കണ്ടാലും ബെച്ചേക്കര്ത്. ബെടിബെച്ച് കൊന്നാളാ.'

പാവം കാക്കയ്ക്ക് പുതിയൊരു പ്രതിസന്ധിയുമായി. ഒരു വശത്ത് എല്ലുതുളയ്ക്കുന്ന ശീതക്കാറ്റ്. ഭൂപ്രകൃതി ഒട്ടും അനുകൂലമല്ല. ഭക്ഷണമില്ല. പോരാത്തതിന് വെടിയും.

സംസാരത്തിനിടയിൽ നാട്ടിൽനിന്നൊരു ഫോൺ വന്നു സുഹൃത്ത് സഖാവ് കമാലാണ്. 'നിയമപരമായി വിസയുണ്ടായിട്ടും നമ്മുടെ അവ്വക്കറ്നെ ന്യൂയോർക്ക് എയർപോർട്ടീന്ന് തിരിച്ചയച്ചിരിക്ക്ന്ന്. എന്തെങ്കിലും ചെയ്യാൻ പറ്റ്വോ?'

ഞാൻ ചിരിച്ചു.

“എന്തു ചെയ്യാൻ കമാലേ? ഞാൻ വെറുമൊരു എഴുത്തുകാരൻ. വിഡ്ഢിയായ ഒരു ഊരുതെണ്ടി. വേണമെങ്കിൽ എഴുതാം. ആരെങ്കിലും അത് അച്ചടിച്ചാലായി. അത്രതന്നെ. അതു വായിച്ച് അമേരിക്ക

എന്നെ വല്ലതും ചെയ്താ അതും ഞാനനുഭവിക്കണം. അത് ഞാൻ സാരാക്ക്ന്നില്ല. ങ്ഹാ, നോക്കട്ടെ.'

ഉനൈസ് വണ്ടി സ്റ്റാർട്ട് ചെയ്തു. ബഹറൈൻ തുറമുഖത്തിന്റെ നാട്ടുവെളിച്ചം പാടെ അവസാനിക്കാറായെങ്കിലും കുറ്റിമേൽ കൂനിപ്പിടിച്ച് സുജുദിലെന്നപോലെ ജീവനുവേണ്ടി അള്ളിപ്പിടിച്ച് വിറയ്ക്കുന്ന കാക്കകളെ കണ്ട് ഖേദം തോന്നി. ഒന്നുമില്ലെങ്കിൽ സ്വന്തം നാട്ടുകാരല്ലേ? കാക്കയാണെങ്കിലും അതു ഒരു മനുഷ്യനല്ലേ?

ദൂരെ ഗോഡൗൺ വലുപ്പമുള്ള കപ്പലിന്റെ പിൻഭാഗം അടച്ചിട്ടില്ല. മെല്ലെ അകത്തു കയറിക്കിടന്നാൽ കപ്പൽ കൊച്ചിയിലെത്തും. പക്ഷെ, കാക്കയോട് ആരു പറഞ്ഞുകൊടുക്കും? പറഞ്ഞാൽ അതു കേൾക്കുമോ? ലോകത്തെ എല്ലാ കാക്കമാരുടെയും അവസ്ഥ ഇതുതന്നെയാണ്, പറഞ്ഞാൽ കേൾക്കില്ല. വെടി കൊള്ളാനാണ് യോഗം!

മൊബൈലിൽ വീണ്ടും സ: കമാലിന്റെ ഫോൺ വന്നുകൊണ്ടിരുന്നു. എഴുതേണ്ട ലേഖനം എങ്ങനെയിരിക്കണം എന്നു പറഞ്ഞുതരാനാവും.

എന്തുകൊണ്ടോ ശ്രീകൃഷ്ണവേഷം ധരിച്ച് തകർത്തഭിനയിക്കുന്ന പ്രേംനസീറിന്റെ നല്ല ഈമാനുള്ള മുഖം ഓർമ്മയിൽ വന്നുകൊണ്ടിരുന്നു.

ആ സീക്ലാസ്സ് ബ്ലാക്ക് ആന്റ് വൈറ്റ് ഓലട്ടാക്കീസിൽ വെച്ച് ഇടയ്ക്കെപ്പോഴോ ജയഭാരതിയാണെന്നു കരുതി ലക്ഷ്മിയെ ഉമ്മ വെക്കുകയും ചെയ്തു.

മാതൃഭൂമി ആഴ്ചപ്പതിപ്പ് 2016

ഫ്രോഡ്

കോഴിക്കോട്ട് കുറച്ചുകാലം ഞാനൊരു പ്രാദേശികപത്രത്തിൽ ജോലി ചെയ്തിരുന്നു. മാറാലയും പൊടിയും പിടിച്ച പഴയൊരാപ്പീസ്. തൊട്ടടുത്ത സീറ്റിൽ എ.എം. കൈമൾ സ്ഥിരമായി പൊടി വലിച്ചുകൊണ്ടിരിക്കും. കണ്ടാൽ ഒരലസമണ്ടൻ. പക്ഷേ, കണ്ണിലാണ് ബുദ്ധി മുഴുവൻ.

ആയിടെ പ്രൂഫിലൊരു കെ.എം.കുട്ടി വന്നു. കുട്ടിക്ക് എല്ലാം പുഷ്പദലമാണ്. ആ പരിധിയിൽ വേൾഡ് വാറും വിയറ്റ്നാം യുദ്ധവും ഹിരോഷിമാ നാഗസാക്കിയുമൊക്കെ വരും.

കുട്ടി ഇതേപ്പറ്റി പറയുന്നത് 'ഇതൊക്കെയില്ലാതെ ചരിത്രം മുന്നോട്ടു പോകില്ലാ' എന്നാണ്. കുട്ടിയുടെ അഭിപ്രായത്തിൽ കാൾ മാർക്സ് ആൾ സൂത്രക്കാരനാണ്. ലണ്ടിനിലോ അമേരിക്കയിലോ എക്കണോമിക്സ് പ്രൊഫസ്സറായി ലാവിഷായി ജീവിച്ച് താൻ തന്നെയാണ് തന്റെ മൂലധനമെന്നു വിചാരിച്ചാൽ പഹയനിത്ര ഫെയ്മസാവുമോ മാഷേ? കെ.എം. കുട്ടി എന്നോട് കുത്തുക്കുത്തി ചോദിക്കുന്നു.

ഇതുകേട്ട് ദേഹം മുഴുവൻ അരിശം കയറി തരിച്ചുനിൽക്കുമ്പോൾ കൈമൾ ഡപ്പിയിൽനിന്ന് രണ്ടുനുള്ള് പൊടിയെടുത്ത് മൂക്കിൽ വലിച്ച് നാല് ഛരീ പറയും. ഇതു തന്നോടാണ് പറയുന്നതെന്ന് മനസ്സിലാക്കി കുട്ടി തന്റെ മുറിയിലേക്കു പോകും. കൈമൾ തന്റെ രണ്ടാംമുണ്ടെടുത്ത് മൂക്കു ചീറ്റുന്നതിനിടയിൽ പറയും: അവനെ പറഞ്ഞിട്ടു കാര്യമില്ല. എൺപതുകൾക്കിങ്ങോട്ടു ജനിച്ച പിള്ളേരിങ്ങനെയാ. എളുപ്പവഴിയിൽ ക്രിയ ചെയ്തതാണ് ചരിത്രമെന്ന് അവർ വിശ്വസിക്കുന്നു. ഉദാഹരണത്തിന് എന്റെ മോഴപ്രോടു പറഞ്ഞുനോക്കുക. ഒരു രാഗം പഠിക്കാൻ കാൽനൂറ്റാണ്ടുപോലും മതിയാവില്ലെന്ന്. പുച്ഛിച്ച് ഒരു ചിരി ചിരിക്കും. ആ ചിരി അവനെനിക്കെതിരെ എഴുതിയ ഒരു പുസ്തകമാണ്, ഹാസ്യപുസ്തകം!

കൈമൾ പെട്ടെന്നെന്തോ ഓർത്ത് എഡിറ്റിംഗിലേക്ക് കടക്കും.

പക്ഷേ, കെ.എം. കുട്ടിയെ എനിക്കിഷ്ടമാണ്.

അതിനു പ്രധാനകാരണം ഇടയ്ക്കിടെ കുട്ടി എന്നോട് ചില സംശ

യങ്ങൾ ചോദിക്കാൻ വരും എന്നതാണ്. മാഷേ ഇതിലേതാണ് ശരി? ഈ കൂപമണ്ഡൂകം എന്നതിൽ മണ്ഡൂകമാണോ മണ്ടൂകമാണോ മാഷേ? അതുവഴി എന്നാണോ ശരി; അതോ അത് വഴി എന്നാണോ? സ്ഥാലീപുലാകന്യായേനെ എന്നതിൽ വാക്കുകൾ തമ്മിൽ വെവ്വേറെ നിറുത്തണോ, അതോ...

ഇത്തിരി കാസ്റ്റിന്റെ പ്രശ്നവും കാണും. കൈമളിനു കുട്ടിയെ അത്ര പഥ്യമല്ല. പോരാത്തതിന് കൈമളാണെങ്കിൽ മുരിക്കുപോലൊരു മാർക്സ്സിറ്റും. കാൾ മാർക്സിനെയൊക്കെ കേറി തൊട്ടതിന്റെയാവും.

കുട്ടിയെപ്പറ്റി എന്തോ ന്യായീകിരിച്ച് പറയാനോങ്ങിയപ്പോൾ കൈമൾ പൊട്ടിത്തെറിച്ചു.

ഫ്രാഡ്! താങ്കളൊക്കെ ഇങ്ങനെ കണ്ണുപൊട്ടനായിപ്പോയല്ലോ. അവനു മലയാളത്തിലക്ഷരം തികച്ചറിയില്ല.

കൈമൾസാറങ്ങനെ പറയരുത്. കുട്ടി നോക്കിയാൽ ഒരൊറ്റ പ്രൂഫ് മിസ്റ്റേക്കുമില്ല.

പെട്ടെന്നാണ് കലി പൊട്ടിച്ചിരിയായത്.

അത് പ്രൂഫിലെ സലാം കോയയുടെ ഗുണം! തിരിച്ചറയിപ്പെടാതെപോയ കുട്ടിക്കൃഷ്ണമാരാരാണ് കോയയെന്നാണ് കുട്ടി പറഞ്ഞു നടക്കുന്നത്. കോയക്കതു ധാരാളം. പ്രശംസ ഒരു കൃസരിയാണ്. അതിൽ തലോടിയാൽ വീഴാത്ത ഏത് ബുദ്ധിമാനുണ്ട്? ഏത് ആണും കുഞ്ഞായിപ്പോകും. നിങ്ങളെ ആശ്രയിക്കുന്നു എന്നുകൂടി വരുത്തിയാൽ കുട്ടി നിങ്ങളെക്കൊണ്ട് പ്രസവിപ്പിക്കുകകൂടി ചെയ്തുകളയും. ഹാ, ഹാ, ഹാ!

കൈമൾ ഇതും പറഞ്ഞ് ഏതോ സംസ്കൃതശ്ലോകം ചൊല്ലി.

എനിക്കു കാര്യത്തിന്റെ ഗൗരവം പിടികിട്ടി. പാവം കുട്ടി. അറിയാതെ കൈമളിന്റെ ഈഗോയെ വല്ലാതെ മുറിവേൽപ്പിച്ചിട്ടുണ്ട് എപ്പോഴോ.

ഡ്യൂട്ടിക്കിടയിൽ ഒരു ചായ കുടിച്ചുവരാമെന്നു കരുതി പുറത്തിറങ്ങിയപ്പോൾ കുട്ടിയതാ ചായക്കടയിൽ!

പറ്റിയ അവസരം.

ഞാൻ പറഞ്ഞു: കുട്ടീ, ആ കൈമളിനെ താനെന്തോ വർത്തമാനം പറഞ്ഞുവേദനിപ്പിച്ചിട്ടുണ്ട്. അരുത്, അങ്ങനെയൊന്നും...പ്രായത്തെയെങ്കിലും ഒന്നു ബഹുമാനിച്ചു വിട്ടേക്കണം.

സൗമ്യനായ കുട്ടിയുടെ ഭാവം പെട്ടെന്നാണ് മാറിയത്.

ആ മൈരൻ! ആ നായ...

ഞാൻ ആകെ അന്തംവിട്ടു.

കൈമളോ മറ്റോ ഈ തെറി കേട്ടിരുന്നെങ്കിൽ ചെവിക്കുറ്റി അടിച്ച് പൊട്ടിച്ചേനെ? കേൾക്കില്ല എന്ന ധൈര്യത്തിൽ ശത്രുവിനെ പറയുന്ന തെറികളെല്ലാം ഭീരുവിന്റെ മോങ്ങലാണ്.

ഇതിൽ ഞാൻ വാദിയുമല്ല. പ്രതിയുമല്ല.

ഞാൻ ഒരു ഉറച്ച തീരുമാനത്തിലെത്തി. ഒരു കാരണവശാലും കുട്ടിയെ സ്നേഹിക്കാതിരിക്കാനും വാത്സല്യം ചൊരിയാതിരിക്കാനും എനിക്കു കഴിയില്ല. കൈമളിനെ വെറുക്കാനും വയ്യ. പിന്നെ ചെയ്യേണ്ടത് രണ്ടുപേരും തമ്മിലുള്ള പ്രശ്നം ഒത്തുതീർപ്പാക്കുകയാണ്. അതിനായി മുൻകൈയെടുക്കാൻ എന്തുകൊണ്ടോ മനസ്സ് വിസമ്മതിച്ചു. രണ്ടുപേരും എനിക്കു വേണ്ടപ്പെട്ടവർ. മധ്യസ്ഥം വലിയ റിസ്ക്കാണ്. വാദപ്രതിവാദം മൂത്ത് എന്തിലെങ്കിലും കേറി പക്ഷം പിടിക്കാനിടയായാൽ തീർന്നു.

(മാത്രമല്ല ഇടയ്ക്ക് പോരുകോഴികൾ പരസ്പരം കലഹിക്കുമ്പോൾ ഒരു ശുദ്ധവും ഗൂഢവുമായ ഇക്കിളിയുമുണ്ടെന്നു കൂട്ടിക്കോളൂ.) എന്നാലും രണ്ടുപേരും എനിക്കു വേണ്ടപ്പെട്ടവർ.

കൈമൾ പനി പിടിച്ചുകിടന്ന ദിവസം. ഓഫീസ് ബോയിയെ വിട്ട് എഡിറ്റോറിയൽ പോയി വാങ്ങിക്കുകയായിരുന്നു. ബജറ്റിനെപ്പറ്റിയാണ്. കൈമളെഴുതിയാലേ ശരിയാവൂ എന്ന നിർദ്ദേശമുണ്ടായിരുന്നു. പനിക്കിടക്കയിലും കൈമൾ എത്ര ജാഗരൂകനാണ്! വളരെ മൂർച്ചയുള്ള നിഗമനങ്ങൾ. വസ്തുതകൾ.

ഒരുതരം ആരാധനയോടെ കൈമളിന്റെ കുറിപ്പു വായിച്ചുകൊണ്ടിരിക്കുമ്പോഴാണ് കുട്ടി വന്നു കൈ നീട്ടുന്നത്.

ഞാൻ ഇവിടം വിടുകയാണ് സാർ.

എങ്ങോട്ട്?

കുവൈത്തിലേക്ക്. വരുന്ന തിങ്കൾ.

കൺഗ്രാജുലേഷൻസ്. ഇവിടത്തെ ജോലി?

കുട്ടി പുച്ഛത്തോടെ ഒരു ചിരി ചിരിച്ചു.

ഓ, ഒരിടത്താവളത്തിനപ്പുറത്തുള്ള പ്രാധാന്യമൊന്നും ഞാനിതിന് ഒരുകാലത്തും കൊടുത്തിട്ടില്ല.

എന്തു ജോലിയിലാണ് കുട്ടി പോകുന്നത്?

ഇലക്ട്രിക്കൽ എഞ്ചിനീയർ.

ഞാൻ അത്ഭുതപ്പെട്ടു.

അതിന് കുട്ടി...

കോമൺസെൻസും കള്ളസർട്ടിഫിക്കറ്റും ഉള്ള ആർക്കും ഗൾഫിൽ പണം വാരാം.

റിസ്ക്കല്ലേ?

എന്തു റിസ്ക്ക്? എത്രയോ പൊട്ടന്മാരായ എഞ്ചിനീയർമാരെ ഞാൻ കണ്ടിട്ടുണ്ട്.

എന്നാലും അത് സംബന്ധിച്ച്...

സാമാന്യജ്ഞാനമുണ്ട്. സ്വിച്ചിട്ടാൽ ബൾബ് കത്തും. പക്ഷേ, ബൾബിട്ടാൽ സ്വിച്ച് കത്തില്ല. ഈ ബോധംതന്നെ ധാരാളമല്ലേ?

എന്നിട്ട് സൗമ്യമായ ഒരു ചിരി ചിരിച്ചു.

അപ്പോ ഭാഷയൊക്കെ?

അറബിയറിയില്ലെങ്കിലും ഇംഗ്ലീഷ് അറിയില്ല.

അതൊരു സൗകര്യമാണല്ലോ.

എങ്കിലും കുട്ടീ...

കുട്ടി ഒരു ചിരി ചിരിച്ചു. കുട്ടിയുടെ തുറന്ന വായിൽ ഞാൻ ഇരുപത്തിയൊന്നാം നൂറ്റാണ്ടിന്റെ ഇതിഹാസം കണ്ടു.

പണ്ട് ശിഹാബുദ്ദീൻ പൊയ്ത്തുംകടവ് എന്നോ മറ്റോ പേരുള്ള ഒരാൾ എഴുതിയ കഥ ഓർമ്മ വന്നു. 'ജീവിതം അതൊന്നുമാത്രം' എന്നാണ് കഥയുടെ പേര്. ഹുമയൂൺ എന്ന കഥാപാത്രത്തെയും.

കഥയെ കോപ്പിയടിക്കാം. കഥാകൃത്തിനെ കോപ്പിയടിക്കുമോ?

ഞാൻ സഹജീവി സ്നേഹത്തിന്റെ പ്രാചീനമായ വികാരത്തോടെ, വിമ്മിട്ടത്തോടെ, ഉത്കണ്ഠകളോടെ കുട്ടിക്ക് ഷേക്ക് ഹാൻഡ് ചെയ്തു.

കുട്ടീ, ഓൾ ദ ബെസ്റ്റ്.

അത് ഒരു പ്രാർത്ഥന കൂടിയായിരുന്നു.

ഞാൻ വരും. നഷ്ടത്തിലാവുന്ന ഈ പത്രം വിലയ്ക്കു വാങ്ങും. ലാഭമുണ്ടാക്കി കാണിച്ചുകൊടുക്കും. കൈമളെപ്പോലെയുള്ള നായ്ക്കളെ തോണ്ടിയെറിയും.

അന്ന് ഞാനെഴുതിയ അടിക്കുറിപ്പുകളും തലക്കെട്ടുകളുമൊക്കെ വെന്തു പശയായിപ്പോയ ചോറുപോലെയായിരുന്നു.

ഏറെ ഇല്ലായ്മകളും വല്ലായ്മകളുമുണ്ടെങ്കിലും അന്നത്തെ കാലം! ഇന്നോർക്കുമ്പോൾ ഇത്തിരി സ്വാസ്ഥ്യമൊക്കെ ഉണ്ടെന്നു കൂട്ടിക്കോളൂ. (വെറുതെ പറയുന്നതാണ്. നൊസ്റ്റാൾജിയ!) ഡ്യൂട്ടി കഴിഞ്ഞ് പാതിരാത്രിയോടെ കെ.എസ്.ആർ.ടി.സി പരിസരങ്ങളിൽ തെണ്ടിനടപ്പ്. ഒഴിവുദിവസങ്ങളിൽ ക്രൗൺ തിയേറ്ററിൽനിന്നുള്ള സെക്കന്റ് ഷോകൾ, അൻസാർ പാർക്ക്, രാമദാസ് വൈദ്യരുടെ അലക്കുകല്ലിനെ ആദരിച്ച്

ചാർത്തിയ പൊന്നാട...

തെണ്ടിനടപ്പ് രസകരമായിരുന്നു. രാത്രിയിൽ ഒറ്റയ്ക്കുനടക്കുമ്പോൾ ഓർക്കാപ്പുറത്ത് ഒരു ഹാർമോണിയം വായന കേൾക്കാം. ബാബുരാജിന്റെ ആത്മാവ് വായിക്കുന്നതാണെന്നറിയാം. അതുകൊണ്ടുതന്നെ അതിന്റെയൊന്നും ഉറവിടങ്ങൾ ഞാനന്വേഷിക്കാറില്ല. ചില കലാകാരന്മാർ അങ്ങനെയാണ്. മരിച്ചാലും പാടും, എഴുതും, വരയ്ക്കും. സ്റ്റേഡിയത്തിനടുത്തുള്ള തെരേസാ കള്ളുഷാപ്പ് ഉണ്ടായിരുന്നിടത്തെത്തുമ്പോൾ 'ഒരു മുറിമാത്രം തുറക്കാതെ വെക്കാം ഞാൻ'എന്ന് ജോൺ എബ്രഹാം പാടുന്നതു പലപ്പോഴും കേൾക്കാം. നഗരം കൂർക്കം വലിച്ചുറങ്ങുന്ന രണ്ടു രണ്ടരമണിക്ക് തെരേസാ കള്ളുഷാപ്പ് മാത്രം തുറന്നിട്ടിരിക്കുന്ന മാജിക്കൽ റിയലിസം. പക്ഷേ, ഞാനതൊക്കെ കണ്ടില്ലെന്നു വെക്കും. ഹോട്ടൽ മഹാറാണിയിൽ ഷൂട്ടിംഗിനു വന്ന ക്യാമറാമാൻ സാമുവൽ തന്ന കഞ്ചാവിന്റെ ലഹരിയിലല്ലതന്നെ. വർഷങ്ങൾക്കു മുമ്പേ മരിച്ചുപോയ ജോണിനെ ശല്യപ്പെടുത്തേണ്ട എന്നു കരുതി ഒന്നും കേൾക്കാത്ത, കാണാത്ത ഭാവത്തിൽ എത്രയോ രാത്രികളിൽ ഞാനിങ്ങനെ നടന്നുപോയിട്ടുണ്ട്. പക്ഷേ, പണം എന്ന കടലാസ് എപ്പോഴും എന്നെ നീചനായ ഒരു പോലീസ് ഉദ്യോഗസ്ഥനെപ്പോലെ നിരന്തരം ചോദ്യം ചെയ്തുകൊണ്ടിരിക്കുന്നു. ലോണും പലിശയും ജപ്തിയുമൊക്കെയായി തല കറങ്ങി നടക്കുന്ന നാളിലൊരിക്കൽ അതാ ഒരു കാർ മുട്ടി മുട്ടിയില്ലാ എന്ന മട്ടിൽ സഡൻ ബ്രേക്കിടുന്നു. വിലകൂടിയ ആ കാറിൽനിന്നു കൂളിംഗ് ഗ്ലാസ് അഴിച്ചു ചിരിക്കുന്ന ആളെ എളുപ്പം പിടികിട്ടി.

കെ.എം. കുട്ടിയല്ലാതെ മറ്റാരുമല്ല അത്!

'അല്ല മാഷേ, എവിടെയാ, ലക്കും ലഗാനുമില്ലാതെ സ്വപ്നം കണ്ട്? കേറിയാട്ടെ.'

കുട്ടി ഡോർ തുറന്നു.

ബീച്ചിലെ ഒരു ഹോട്ടലിൽ എനിക്കുവേണ്ടി മാത്രം ഒരു സായാഹ്നമൊരുങ്ങി.

എന്റെ ഹൃദയം ഭാരംകൊണ്ട് വിങ്ങിപ്പൊട്ടി. എങ്ങനെ തുടങ്ങണം, എവിടെനിന്ന് തുടങ്ങണമെന്നറിയാതെ ശ്വാസംമുട്ടി.

'കുട്ടിക്ക് സുഖല്ലേ?'

'ദൈവാധീനംകൊണ്ട് സുഖം.'

'ജോലി...?'

'ഇലക്ട്രിക്കലിൽത്തന്നെ, ഗൾഫിൽ.'

'പറയൂ കുട്ടീ, എങ്ങനെയാണത് പരിഹരിച്ചത്?'

ഒരു സിനിമാക്കഥപോലെ കുട്ടിയതു പറയാൻ തുടങ്ങി.

'കുവൈത്തിൽ വിമാനമിറങ്ങുമ്പോൾ കാലിന്റെ ചുണ്ടുവിരൽ എവിടെയോ ചെറുതായി പോയി ഇടിച്ചു എന്നല്ലാതെ ഒട്ടും പതറിയില്ല ഞാൻ. ഡസർട്ടിൽ അരകിലോമീറ്ററോളം വിസ്തൃതിയിൽ ഒരു അലുമിനിയം ഫാക്ടറിയിലാണ് അപ്പോയിന്റ്മെന്റ്. അത്യാവശ്യം ഇംഗ്ലീഷൊക്കെ പഠിച്ചുവെച്ചിരുന്നു. അല്ലെങ്കിലും ലോകത്തിലെ ഏതു ഭാഷയും പഠിക്കാതെതന്നെ നമുക്കു സംസാരിക്കാം. അതിന്റെ ഒരു നിൽപ്പും സ്ലാങ്ങും മാത്രം പഠിച്ചാൽ മതി.

ഞാനിത് പഠിച്ചത് ഇവിടത്തെ രാഷ്ട്രീയക്കാരിൽനിന്നാണ്. ഇവർക്ക് വല്ല രാഷ്ട്രീയവും അറിയോ. ഭയങ്കരമായി അറിയുമെന്ന ഒരു നിൽപ്പ്. അതിന്റെയൊരു ആധികാരികമായ സ്ലാങ്ങ്. അത്രതന്നെ. ഏത് ബുദ്ധിമാനെയും പൊട്ടനാക്കി ഒരു ഭാവിക്കൽ.'

'എന്നാലും ഇംഗ്ലീഷൊക്കെ?' ഞാനിടയിൽ കയറി ഇടപെട്ടു.

ഓരോ ഭാഷയ്ക്കും ഓരോ ആയലുണ്ട്. ഒരു ആക്ഷൻ! നമ്മളതു മനസ്സിലാക്കിയാൽത്തന്നെ പകുതിയായി. പാട്ട് നമ്മൾ പാടണമെന്നില്ല. ആ ആയലാണ് പ്രധാനപ്പെട്ടത്. പണ്ഡിതനാവണമെന്നില്ല. പക്ഷേ, പണ്ഡിതന്റെ ആക്ഷനുണ്ടാവണം. ആ നിൽപ്! അതാണ് പഠിക്കേണ്ടത്. ബാക്കി കോമൺസെൻസ്. ജനറൽ നോളജിന്റെ കാര്യവും അങ്ങനെതന്നെ.

'അങ്ങനെയോ? എന്നിട്ട്?'

'ങ്ഹാ! അത്യാവശ്യം ശമ്പളമൊക്കെയായി ഞാനതിനകത്തുനിന്ന് ജോലി ആരംഭിച്ചു. വിവിധ സെക്ഷനുകളിലായി പത്തിരുപതു ഇലക്ട്രിക്കലുകാരുണ്ടെന്ന് ആദ്യദിവസംതന്നെ ഞാൻ കണ്ടെത്തിയിരുന്നു. അപ്പോഴേക്കും കുട്ടി നാലാമത്തെ പെഗ്ഗിൽ ഐസ് ക്യൂബിട്ടു കഴിഞ്ഞു.

മുഖസ്തുതിയിലും സെന്റിമെന്റ്സിലും വന്നുവീഴുന്ന ഒരുത്തനെ കിട്ടുകയെന്നതാണ് എന്റെ ആദ്യത്തെ പ്രധാന ജോലി. ഒരാഴ്ച വേണ്ടിവന്നു. ചെമ്പേരി ഭാഗത്തെ ചെറുപ്പക്കാരനാണ്. അവിടെ കടിച്ചുതൂങ്ങി ഒറ്റപ്പിടിത്തം. അത്യാവശ്യം കാര്യങ്ങൾ മനസ്സിലാക്കിയെടുത്തല്ലേ പറ്റൂ.

സെക്ഷൻ മാനേജർ ഒരു സിറിയക്കാരൻ കുത്തി കുത്തീയെന്നു വിളിക്കും. ഞാനെവിടെയെങ്കിലും പോയൊളിക്കും. ഭാഗ്യവശാൽ ഒളിക്യാമറയില്ല.

അങ്ങനെ കുറേക്കാലം കഴിയില്ല എന്നെനിക്കറിയാം. ഇടയ്ക്കു ടെൻഷനൊക്കെയായി എന്റെ ദേഹം പെരുത്തുകയറും. എന്നു നിങ്ങൾക്കു തോന്നുന്നുണ്ടോ?'

ഞാൻ പറഞ്ഞു : 'അത് സ്വാഭാവികമാണല്ലോ.'

'ഒലക്ക!'

അതും പറഞ്ഞ് കുട്ടി ബിൽഡിംഗ് നിരപ്പാക്കുംപോലെ ഒരു ചിരി ചിരിച്ചു.

ഏതായാലും ഞാനതു കണ്ടുപിടിച്ചു. മെയിൻ പവർഗേറ്റ്! അവിടെനിന്നാണ് എല്ലാ സെക്ഷനിലേക്കും ഇലക്ട്രിസിറ്റി സപ്ലൈ.

ഇങ്ങനെ അധികകാലം പോകാനാവില്ല എന്നെനിക്കറിയാമായിരുന്നു. ഒരുദിവസം എന്തു ചെയ്തെന്നോ, നൈറ്റ് ഷിഫ്റ്റ് കഴിഞ്ഞ് ഫാക്ടറി ഓഫു ചെയ്ത സമയം നോക്കി ഞാനാ ഭാഗത്തെ പ്രധാന വയർ കട്ടുചെയ്ത് പരസ്പരം തൊടാത്തവിധം വൃത്തിയായി ഒട്ടിച്ചുവെച്ചു.

കാലത്തെത്തുമ്പോൾ ഫാക്ടറിയുടെ ഒരു സെക്ഷൻ പ്രവർത്തിക്കുന്നില്ല. ആകെ ബഹളവും പരിശോധനയും തന്നെ. സിറിയക്കാരൻ മാനേജർ ജമീൽ സഫർ ഹാറൂൺ തലയിൽ തീപിടിച്ച മാതിരി അങ്ങോട്ടുമിങ്ങോട്ടും പരക്കം പായുകയാണ്. യന്ത്രത്തിനെന്താണ് പറ്റിയതെന്ന് ഒരു പിടിത്തവുമില്ല. ഓരോ മുക്കും മൂലയും പരിശോധിച്ചു. ചീഫ് പവർമാനും വിളിക്കപ്പെട്ടു. അയാൾ കൈമലർത്തി. ഒടുവിൽ ഫാക്ടറി ഉടമ കുവൈത്തി അഹ്മദ് അൽഗസ്സാർ ഓടിയെത്തി ജനറൽ മാനേജറെ പുലഭ്യത്തോടു പുലഭ്യം. സൗദിക്കുള്ള ഭീമൻ ഒരോർഡർ ഏതുനിമിഷവും ക്യാൻസലാവും. കോടിക്കണക്കിന് ദിനാറാണ് നഷ്ടമാവുക.'

അപ്പോഴേക്കും സോഡ തീർന്നു.

ഇന്റർകോമിലൂടെ കുട്ടി നാലു സോഡയ്ക്കു പറഞ്ഞു, ചെമ്മീൻ വറുത്തതിനും.

മേശപ്പുറത്തുനിന്ന് മാൾബറോ സിഗരറ്റെടുത്ത് പുക വിട്ടുകൊണ്ട് കുട്ടി തുടർന്നു:

'അഹ്മദ് അൽഗസ്സാറിന്റെ പരാക്രമം എന്നിൽ ഭയത്തിന്റെ ചെറുബോംബുകളുമിട്ടു തുടങ്ങി എന്ന് കരുതുന്നുണ്ടാവും മാഷ് അല്ലേ?'

'പിന്നല്ലാതെ?'

'ഒലക്ക!'

'മാഷേതു കോത്താഴത്തുകാരനാണ്? ഈ ലോകമുണ്ടല്ലോ വെറും വൈക്കോൽ കൊണ്ടുണ്ടാക്കിയതാണ്. ഒന്നമർത്തിപ്പിടിച്ചാൽ മതി.'

ഒരു ചെറുമന്ദഹാസമടക്കിവെച്ച് ഞാൻ കുട്ടിയെ കാത്തുനിന്നു. കുട്ടി സിഗരറ്റിൽനിന്ന് നീണ്ട ഒരു പുകയൂതിക്കൊണ്ട് തുടർന്നു.

'ആകെ ഫോൺവിളിയും ബഹളവുംതന്നെ. ചീഫ് പവർമാൻ തന്റെ

നിസ്സഹായത വെളിപ്പെടുത്തി. അയാൾക്കൊന്നും മനസ്സിലാവുന്നില്ല. അറബി ഒച്ചയിട്ടു. ഒടുവിൽ പലവിധ തീരുമാനങ്ങളിൽ ചെന്ന് ജമീൽ സഫർ ഹാറൂണും അഹ്മദ് അൽഗസ്സാറും വട്ടം കറങ്ങി. ഒന്നുകിൽ പ്ലാൻ മുഴുവൻ അഴിച്ചുപണിയുക. അല്ലെങ്കിൽ ജർമ്മനിയിൽനിന്ന് അഡോൾഫ് ഡൗച്ചർ എന്ന ശാസ്ത്രജ്ഞനെ ചാർട്ടേർഡ് ഫ്ളൈറ്റിൽ കൊണ്ടുവരിക. ഉടനെ കാര്യം നടക്കണമെങ്കിൽ ഇതുമാത്രമേ വഴിയുള്ളു.

അപ്പോഴേക്കും ഞാൻ കയറി നേരെ അറബിയുടെ അടുത്തുചെന്ന് വിനയത്തിൽ ആത്മവിശ്വാസം കലർത്തി ഒരൊറ്റ ചോദ്യം.

എനിക്കൊരു ചാൻസ് തരുമോ സാർ?

ചുറ്റിലുമുള്ളവരൊക്കെ ചിരിച്ചു.

അറബിക്കത് ഇഷ്ടപ്പെട്ടില്ല.

അയാൾ പറഞ്ഞു: ചിരിക്കാൻമാത്രം തമാശയൊന്നുമല്ല ഇത്. കുട്ടി ഒന്നു നോക്കട്ടെ.

ഫാക്ടറിക്കകത്ത് ആയിരം നിഗൂഢവഴികളുണ്ട്. ഒളിച്ചിരിക്കുന്ന കാലയളവിൽ അതൊക്കെ ഞാൻ ഹൃദിസ്ഥമാക്കിവെച്ചിരുന്നു.

മെയിൻ പവർ ഓഫ്ചെയ്ത് കട്ടുചെയ്ത ഭാഗം ഞാൻ റിജോയിന്റ് ചെയ്തു. ഒന്നും സംഭവിക്കാത്തതുപോലെ തിരിച്ചുവന്നു ചോദിച്ചു.

എനിക്ക് 5 എം.എം. തൊട്ട് 20 എം.എം വരെയുള്ള ഏതാനും സ്ക്രൂ ഡ്രൈവർ കിട്ടുമോ? അറബി നോക്കിനിൽക്കുന്നതുകൊണ്ട് ആരും ചിരിച്ചില്ലെന്നേയുള്ളു. ചെറിയൊരു യന്ത്രം ഞാൻ കണ്ടുവെച്ചിരുന്നു. അതഴിച്ചിട്ടു കാര്യമായി പരിശോധിച്ചു. ഒരു കടലാസിൽ കുറെ വരയ്ക്കുകയും കൂട്ടിപ്പെരുക്കുകയും ചിന്താമഗ്നനായി നിൽക്കുംപോലെ അഭിനയിക്കുകയും ചെയ്തു. സത്യത്തിൽ ഒന്നു ബേജാറായി പോകേണ്ടതാണ്. അഴിച്ചിട്ട യന്ത്രം അതുപോലെ ഫിറ്റു ചെയ്യണം. പിഴച്ചാൽ തീർന്നു. എല്ലാം ഫിറ്റ് ചെയ്ത് കരി ഓയിൽ പുരണ്ട കൈ തുടച്ച് നെറ്റിയിലെ വിയർപ്പ് കൈത്തണ്ടകൊണ്ട് വടിച്ചുനീക്കി അഹ്മദ് അൽഗസ്സാറിനെ ഒന്ന് ഒളികണ്ണിട്ടു നോക്കി മാനേജരോട് യന്ത്രമൊന്ന് ഓൺ ചെയ്തുനോക്കാൻ വിനയത്തോടെ അപേക്ഷിച്ചു.

നിർണ്ണായകമായ മുഹൂർത്തമായിരുന്നു അത്. ഒരു വെടിക്ക് രണ്ട് പക്ഷിയെന്നപോലെ മാനേജരെ ഒന്നിരുത്തുക എന്ന കർമ്മംകൂടി അതിനകത്തുണ്ടെന്ന് വെച്ചോളൂ.

ഒന്നു പതറി സംയമനം വീണ്ടെടുത്ത് മാനേജർ സ്വിച്ച് ഓൺ ചെയ്യാൻ ആജ്ഞാപിച്ചു. ഒരുഗ്രൻ മൂളക്കത്തോടെ ആ യൂണിറ്റു മുഴുവൻ പ്രവർത്തിച്ചുതുടങ്ങി.

അറബിക്ക് എല്ലാം വികാരമാണ്. അയാൾ സീറ്റിൽനിന്ന് ചാടിയെണീറ്റ് എന്നെ ഒരൊറ്റ കെട്ടിപ്പിടുത്തം.

എന്താണ് പറയേണ്ടത്, എനിക്ക് എന്താണ് തരേണ്ടത് എന്നറിയാതെ അയാൾ ആകപ്പാടെ ഒച്ചയോടൊച്ചതന്നെ.

ഇളിഭ്യരായി നിൽക്കുന്ന സകല എഞ്ചിനീയർമാർക്കിടിയിൽനിന്ന് എന്നെ ചേർത്തുനിർത്തി തന്റെ കന്തൂറയിൽനിന്ന് കുറെ ദിനാറെടുത്ത് എനിക്കു നീട്ടി- എന്റെയൊരു സന്തോഷത്തിന് എന്നും പറഞ്ഞ് ഉച്ചത്തിൽ അലറിക്കൊണ്ട്.

സ്പൂണിൽനിന്ന് ചെമ്മീൻ ഫ്രൈ വായിലേക്കു തട്ടി നാലു ചവ ചവച്ച് കുട്ടി ഒരലർച്ചയാണ്.

എന്റെ പട്ടിക്കുവേണം അവന്റെ ഉമ്മാന്റെ ദീനാർ!.

ഞാൻ വിനയവിധേയനായി ആ സമ്മാനം നിരസിച്ചു.

എന്നിട്ട്, എന്നിട്ട്...

മാഷേ, ഞാൻ പറഞ്ഞു: അറബാബ്, ഇതെന്റെ ഡ്യൂട്ടിയുടെ ഭാഗമാണ്.

തീർച്ചയായും! പക്ഷെ, എനിക്കു സന്തോഷംകൊണ്ട് ഇരിക്കപ്പൊറുതി കിടന്നില്ലെടോ. പറയൂ, എന്തു സമ്മാനമാണ് നിനക്കു വേണ്ടത്?

ഇടയ്ക്ക് ചെമ്മീൻ ഫ്രൈയിൽനിന്നു കടിച്ച പച്ചമുളകു തുപ്പിക്കളഞ്ഞുകൊണ്ട് കുട്ടി പറഞ്ഞു:

സെന്റിമെന്റ്സ് എന്നത് അഭിനയിച്ചുകാണിക്കാനുള്ള ഒരു ചരിത്രകൗതുകമാണ്. അതിനകത്തുപെടാതെ, പക്ഷിയറിയാതെ മുട്ടയെടുക്കണം. ഞാൻ പറഞ്ഞു: അറബാബ്, എനിക്കിപ്പോഴുള്ള ജോലി ഭാരം വളരെ കൂടുതലാണ് (അയ്യോ, ഒളിച്ചുനിൽക്കുന്ന പണി അല്പം കഠിനമാണേ! അതും ഫാക്ടറിക്കകത്തെ മൊരത്ത ചൂടിൽ) അതുകൊണ്ട്...

അറബി ധൃതിപ്പെട്ടു.

പറയൂ, അതുകൊണ്ട് ഞാനെന്താണ് ചെയ്തുതരേണ്ടത്?

എന്നെ ഇവിടെ ആകപ്പാടെ ഒരു സൂപ്പർവൈസേഷനു നിയുക്തനാക്കിത്തന്നാൽ...

എന്തുകൊണ്ടില്ല? നാളത്തന്നെ തന്റെ ഡിസിഗ്നേഷൻ മാറും. ആകപ്പാടെ ഒരു മേൽനോട്ടം, അതുമതി, അതാണു വേണ്ടത്!

ഹ! ഹ! ഹ!

ചിരിച്ചുചിരിച്ച് കുട്ടി കരണം മറിഞ്ഞു.

പിന്നെ അടുത്ത പണി അതുവരെ സഹായിച്ചുകൊണ്ടിരുന്ന ചെമ്പേരിക്കാരനെ എടുത്തു പുറത്തിടുന്നതായിരുന്നു.'

'അതെന്തിനു കുട്ടീ?'

'ഈ മാഷൊരു പൊട്ടൻതന്നെ! ഉപകാരങ്ങൾ ചെയ്യുന്ന സമയത്താണ് ഒരാൾ നമ്മുടെ ദൈവം. പിന്നെ ഉപകാരം ചെയ്തവൻ വല്യ ശല്യമാകും; ബാധ്യതയാകും. ഓരോദിവസവും എത്ര എടുത്തുകളഞ്ഞാലും അതി ന്റെ ഗർവ്വ് അവന്റെയൊക്കെ കണ്ണിലുണ്ടാവും. ഒരുതരം തീട്ടംപോലത്തെ കടം...ചില മനുഷ്യരെ ദൈവം സൃഷ്ടിച്ചതുതന്നെ നമുക്ക് ചവിട്ടിക്കയറാനുള്ള ചുമലുകളായിട്ടാണ്. നമ്മളതു തിരിച്ചറിയണമെന്നുമാത്രം.

'കുട്ടീ, ഇതൊക്കെ പാപമല്ലേ?'

പെട്ടെന്ന് കുട്ടി തലതാഴ്ത്തി.

'പാപം തന്നെയാണ്...

പക്ഷേ, എനിക്കു മുന്നോട്ടു പോകാൻ ദൈവം തന്ന ഉപകരണങ്ങൾ ഇതൊക്കെയായിപ്പോയി.

ഇതും പറഞ്ഞ് കുട്ടി പൊട്ടിച്ചിരിക്കുംപോലെ കരഞ്ഞു.

കുട്ടി കരയുന്നത് ആദ്യമായി കാണുകയാണ് ഞാൻ.

ഇതിനകം ഒഴിഞ്ഞ സോഡാക്കുപ്പി അബദ്ധത്തിൽ തട്ടി വീണുടഞ്ഞു.

പാതിരാത്രി ദാഹിച്ചുണർന്ന് ഞാൻ ലൈറ്റിടാൻ ഏറെ പണിപ്പെട്ടു. മുറിയിലെവിടെയാവും കുപ്പിച്ചില്ല്?

പിറ്റേന്ന് ഹോട്ടൽമുറിയിൽനിന്ന് യാത്ര പറയുമ്പോൾ കുട്ടി ഞെട്ടിപ്പിക്കുന്ന ആ രഹസ്യം വെളിപ്പെടുത്തി.

'അലുമിനിയം ഫാക്ടറിയിലെ ആ ജോലി വിട്ടു. ഇനി ഞാൻ റിയാദിലേക്കാണ്.'

'ഇലക്ട്രിക്കൽ?'

'അല്ല, കംപ്യൂട്ടർ എഞ്ചിനീയർ.'

'അതിനു കുട്ടി കംപ്യൂട്ടർ പഠിച്ചിട്ടുണ്ടോ?'

'കോമൺസെൻസിനെ സഹായിക്കാൻ ഒരു കള്ളസർട്ടിഫിക്കറ്റ് കൂടെയുണ്ട് ഒരു കൈ തുണയ്ക്ക്. ഇത്തവണ ശമ്പളം അഞ്ചിരട്ടിയാണ്.'

'റിസ്ക്കല്ലേ, കുട്ടീ?'

'പിന്നേം ദനോക്ക്! ഈ മാഷാണ് ശരിക്കുമൊരു കുട്ടി. ഒരു മാറ്റവുമില്ല. വെറുതെയല്ല ഞാൻ മാഷെ വിടാത്തത്. ഈ നിഷ്ക്കളങ്കതയും ബേജാറും കാണുമ്പോൾ എനിക്കു മലയാളമനോരമയിലെ ഫലിതബിന്ദു വായിക്കുന്നതുപോലെയാ.'

കുട്ടി വാ തുറന്ന് ഒരു ചിരി ചിരിച്ചു. ഇരുപത്തിയൊന്നാംനൂറ്റാണ്ടിന്റെ ഇതിഹാസം അവിടെ ഞാൻ കണ്ടു.

രാവുകൾ പകലുകൾ, വാർത്തകൾ.

മുഷിഞ്ഞതും ഭാരമേറിയതുമായ കാലത്തിന്റെ അതിസുന്ദരമായ വിഴുപ്പുവണ്ടി.

കൈമൾ ഇടയ്ക്ക് ഒരു അറ്റാക്ക് വന്ന് ഏറെക്കാലം കിടന്നു. പുതിയ അപ്പോയിന്റ്മെന്റുകളൊന്നും ഉണ്ടായില്ല. സ്റ്റാഫ് മീറ്റിംഗിൽ കടത്തിന്റെ കണക്ക്. ഓരോ വാതിലും അടഞ്ഞടഞ്ഞേ പോകുന്നു. ഇനിയെന്ത് എന്ന് എപ്പോഴും ആരോ പിന്നിൽനിന്ന് ഭീഷണിപ്പെടുത്തുംപോലെ ചോദിച്ചുകൊണ്ടിരുന്നു. രാമദാസ് വൈദ്യർ മരിച്ചു. ക്രൗണിൽ ക്ലാസിക് സിനിമകൾ കുറഞ്ഞു. എങ്കിലും കോഴിക്കോടിന്റെ നന്മ ഒരു ശീതള ഛായയായി എപ്പോഴും സാന്ത്വനിപ്പിച്ചുനിർത്തിയിരുന്നു.

ഒരുദിവസം പേജൊക്കെ അയച്ച് ഓഫീസിൽ നിന്നിറങ്ങുമ്പോഴതാ ഒരു ഫോൺ:

'ആ ഗുഹയിൽനിന്ന് ഇനിയുമിറങ്ങിയില്ലേ മാഷേ?'

പരിചിത ശബ്ദം.

കെ.എം.കുട്ടിയാണ്. അത്ഭുതവും സന്തോഷവും വാത്സല്യവും തിരയടിച്ചു.

'താനെവിടെയാ?'

'ഓഫീസ് ഗേറ്റിൽ ഒരു സീലോകാർ. വേഗം വാ. കാത്തിരിക്കുന്നു. മഹാറാണി ഹോട്ടലിൽ ഞങ്ങൾ മുറിയെടുത്തു.'

എന്റെ ജിജ്ഞാസയ്ക്ക് അതിരേതുമുണ്ടായിരുന്നില്ല.

ഞാനവനെ തടഞ്ഞുവെക്കുമ്പോലെ ചോദിച്ചു. പറയൂ കുട്ടീ, കംപ്യൂട്ടർ എഞ്ചിനീയറുടെ പണിക്കുപോയിട്ടെന്തായി?

കുട്ടി ആകെ ഉഴിഞ്ഞുനോക്കി ഒരു ചിരി ചിരിച്ചു.

മാഷിന്റെ ശിശുസഹജമായ ഈ ഔത്സുക്യം എന്നെ ഹഠാദാകർഷിക്കുന്നു എന്നു നമ്മളെഴുതുമ്പോൾ ഹഠദാകർഷിക്കുന്നു എന്നാണോ ശരി, ഹഠാദാകർഷിക്കുന്നുവെന്നാണോ? ഇവിടെ 'ഠ' തന്നെയാണോ ശരി, ഇനി 'ഡ' യാണോ?

സത്യം പറഞ്ഞാൽ ഈ ചോദ്യം എന്റെ നെഞ്ചിലെവിടെയോ ഒന്നു മുറിവേൽപ്പിച്ചു.

അല്പന്മാർ വിജയിക്കുമ്പോൾ പരപുച്ഛം ഫലിതമായി ആവിഷ്കരിക്കും.

എന്തായാലും ആ വിഷയത്തിലേക്കു കടന്നു.

പ്രത്യേകിച്ചൊന്നും സംഭവിച്ചില്ല മാഷേ. അല്ലെങ്കിലെന്തു സംഭവിക്കാൻ?

എനിക്കറിയേണ്ടത് എങ്ങനെ അതിജീവിച്ചുവെന്നാണ്, കുട്ടീ.

കെ.എം.കുട്ടി പെട്ടെന്ന് ഫിലോസഫറായി.

എല്ലാ പ്രശ്നങ്ങൾക്കകത്തും അതിന്റെ സൊലൂഷനും ദൈവം അടക്കം ചെയ്തിട്ടുണ്ട്. നമ്മളതു കണ്ടുപിടിക്കണമെന്നുമാത്രം.

കുട്ടീ, കഥ പറയൂ.

കംപ്യൂട്ടർ എഞ്ചിനീയറായി ഞാൻ ജോയിൻ ചെയ്ത ദിവസം തന്നെ അതു പൊളിഞ്ഞു.

എന്റെ ദൈവമേ! എന്നിട്ട്? എന്നിട്ട്?

മാഷിങ്ങനെ നെർവസാകാതെ.

സോഡ തുറക്കാനുള്ള ഓപ്പണർ കിട്ടിയില്ലെന്ന് ഇന്റർകോമിലൂടെ വിളിച്ചുപറഞ്ഞശേഷം കുട്ടി കഥ തുടർന്നു:

ഞാൻ പറഞ്ഞല്ലോ അറബികൾക്ക് എല്ലാ നന്മയും വികാരമാണ്. അവിടെയാണ് ഞാൻ രക്ഷപ്പെട്ടത്.

എന്നെയിങ്ങനെ ശ്വാസംമുട്ടിക്കാതെ കുട്ടീ, പറയൂ.

കംപ്യൂട്ടറിൽ എന്തൊക്കെയോ ചെയ്യാനാവശ്യപ്പെട്ടു അറബി. ഞാന വിടെയുമിവിടെയും ഞെക്കി. താമസിയാതെ കംപ്യൂട്ടർ ഹാങ്ങായി.

ജോർദ്ദാനിയാണ് സെക്ഷൻ ഓഫീസർ. നേരെ അറബിയുടെ ക്യാബിനിൽ കയറി കാര്യം പറഞ്ഞു.

പറന്നുവന്ന അറബി അവനെ മുഖമടച്ച് ഒറ്റയടിയാണ്.

സീറ്റിൽനിന്ന് തലകറങ്ങിവീണു. ഞാനൊരു എക്സ്ട്രാ ഇഫക്ടും ഇട്ടുകൊടുത്തു. ബോധവും അനക്കവുമില്ല.

എങ്ങനെയെല്ലാമോ ഉണർത്തി ചൂടുചായ കുടിപ്പിച്ചുകൊണ്ടിരിക്കെ അറബിയുടെ ഹൃദയം ആർദ്രമായി.

സത്യം മാത്രമേ പറയാവൂ. നീ ശരിക്കും കംപ്യൂട്ടർ പഠിച്ചിട്ടുണ്ടോ?

ഞാൻ ഒരൊറ്റ കരച്ചിലാണ്.

എന്റെ ഗതികേടുകൊണ്ടാണ് അറാബാബ്. സത്യത്തിൽ ഞാനൊരു വലിയ കെമിക്കൽ എഞ്ചിനീയറാണ്.

അറബി വാരിപ്പുണർന്നു.

ഓ, മൈ ഗോഡ്! കുട്ടീ കരയാതിരിക്കൂ. സാരമില്ല, ഞാൻ നിനക്കു ട്രെയിനിംഗ് തരാം.

ജോർദ്ദാനിയെ വിളിച്ച് അറബി പറഞ്ഞു: ഈ സെക്ഷനിൽ ഇവൻ ചെയ്യേണ്ട ജോലിക്ക് ട്രെയിനിംഗ് കൊടുക്കണം.

ജോർദ്ദാനിക്കത് അത്ര പിടിച്ചില്ല എന്ന് നോട്ടംകൊണ്ട് മനസ്സിലായി.

രണ്ടുമാസംകൊണ്ട് ഞാനാ പണിയിൽ പരമവിദഗ്ദ്ധനായി.

പെട്ടെന്ന് എന്തോ ഓർത്ത് കുട്ടി ഉച്ചത്തിൽ ഒരു ചിരി ചിരിച്ചു.

ചിരി നിൽക്കുന്നേ ഇല്ല.

ഞാൻ ചോദിച്ചു.

എന്തുപറ്റി?

ഏയ് ഒന്നുമില്ല. പാവം കംപ്യൂട്ടർ എഞ്ചിനീയർ ജോർദ്ദാനി ഇപ്പോൾ നാട്ടിലാണ്.

വീണ്ടും ഭൂമികുലുങ്ങും ചിരി.

ചിരിച്ചുചിരിച്ച് കുട്ടിയുടെ കണ്ണിൽനിന്ന് കുടുകുടെ വെള്ളമടർന്നു വീണു. ഇടയ്ക്കു വളരെ പ്രയാസപ്പെട്ട് ചിരി നിർത്തി.

കുട്ടി പറഞ്ഞു: ഈ ഭൂമിയുണ്ടല്ലോ, അതെത്ര സുന്ദരമാണെന്നറി യാമോ? ഒരിക്കലും അതെന്നെ ബോറടിപ്പിച്ചിട്ടില്ല.

പിരിയും മുമ്പ് കുട്ടിയോട് ഞാൻ ചോദിച്ചു, ലീവ് കഴിഞ്ഞ് എന്നു മടങ്ങും?

ഞാൻ മറ്റന്നാൾ തിരിച്ചുപോവുകയാണ്. ഇക്കുറി ദുബായിലേ ക്കാണ്. പുതിയ വിസയിൽ. നാലിരട്ടി ശമ്പളമെന്നെ കാത്തിരിക്കുന്നു.

ഞാൻ പറഞ്ഞു: അല്ലെങ്കിലും കംപ്യൂട്ടർ ജോബിൽ അനന്തമായ സാധ്യതയാണല്ലോ.

അതു പണ്ട്. ഈ മാഷ് ഏതു ലോകത്താണ്?

ഇടയ്ക്കു നിശ്ശബ്ദനായി കുട്ടി എന്തോ ആലോചിച്ചുനിന്നു.

ഞാനിത്രയും കിലോമീറ്റർ കാറോടിച്ച് മാഷെ കാണാൻ വന്നതെ ന്തിനാണെന്നറിയോ?

നിന്റെ സ്നേഹം, പഴയ ഓർമ്മകൾ.

മണ്ണാങ്കട്ടയാ! മാഷിന്റെ ഈ നിഷ്ക്കളങ്കത കാണാനാണ്. ഇത്രയും ശുദ്ധമായ നിഷ്ക്കളങ്കത കാണാൻ എനിക്ക് കാഴ്ചബംഗ്ലാവിൽനിന്ന് പോലും പറ്റില്ല. സത്യത്തിൽ മാഷ് ഒരു ആന്റിക് മെറ്റീരിയൽ ആണ്. തനി പുരാവസ്തു! കുറച്ചുകൂടി കോടികൾ വന്നു മറിയട്ടെ. കൊച്ചി യിൽ മാഷെമാത്രം വെച്ച് ഞാൻ ഒരു ബിനാലെ നടത്തും. ഇതും പറഞ്ഞ് അവൻ ചിരിച്ചുമറിഞ്ഞു.

ഞാൻ എനിക്കുപോലുമറിയാത്ത ഭീതിയിലായി.

എന്നെവെച്ച് ബിനാലെയോ, എന്തായിട്ട്?

ഇരുപത്തൊന്നാംനൂറ്റാണ്ടിലെ കാഴ്ചബംഗ്ലാവല്ലേ എനിക്ക് മുന്നിലിരി ക്കുന്ന ഈ മാഷ്! അതോർത്ത് അയാൾ ശ്വാസം മുട്ടുവോളം ചിരിച്ചു.

ങ്ഹാ, അതൊക്കെ പോട്ടെ, കുട്ടി എന്നാണ് തിരിച്ചുപോകുന്നത്?

മാഷേ, ഞാൻ നാളെ പോവുകയാണ് ദുബായിയിൽ. പൈലറ്റിന്റെ വിസയാണ്.

ഞാൻ ഞെട്ടുന്നതുകണ്ട് കുട്ടി അലറിച്ചിരിച്ചു.

അതിനു കുട്ടിക്ക് വിമാനം ഓടിക്കാൻ അറിയുമോ?

കള്ള സർട്ടിഫിക്കറ്റും കോമൺസെൻസും അതിനു ധാരാളം.

പത്രം പൂട്ടി. ആ കെട്ടിടം നിന്ന സ്ഥലത്ത് ഇപ്പോൾ മൾട്ടിനാഷണൽ ഷോപ്പിംഗ് സെന്ററാണ്. പത്രത്തിലെ ജോലി ഇല്ലാതായതോടെ ഞാൻ ഗതികെട്ടു. ഒരു വിസ സംഘടിപ്പിച്ച് ഞാൻ ഗൾഫിലേക്കു പോയി. കഷ്ടിച്ച് ആയിരത്തെണ്ണൂറ് ദിർഹം കിട്ടുന്ന ഒരു ജോലി. അതു തന്നെ നേടിയെടുക്കാൻ പെട്ട പാട്. ഹാവൂ, ഭാഗ്യം! വർഷത്തിൽ ഒരു മാസത്തെ ലീവുണ്ട്. ഏതു ടെർമിനലിൽനിന്നായാലും വിമാനത്തിന്റെ കവാടത്തിൽനിന്ന് അതിസുന്ദരികളായ എയർഹോസ്റ്റസുമാർ എന്നെ അഭിവാദ്യം ചെയ്യും. വെൽക്കം! ഹായ്! ഗുഡ് ഈവനിംഗ്.

ഇങ്ങനെ നമ്മളെ തൊടാത്ത നൂറ് ഉപചാരവാക്കുകൾ.

ഞാനെന്റെ പെട്ടിയും തൂക്കി അവരുടെ അടുത്തുതന്നെ ചുറ്റിപ്പറ്റി നിൽക്കും. എന്നിട്ട് എന്തെന്നില്ലാത്ത ഉദ്വേഗത്തോടെ ശബ്ദം താഴ്ത്തി ചോദിക്കും:

മാഡം, ഈ ഫ്ളൈറ്റോടിക്കുന്നത് ഒരു ഇന്ത്യാക്കാരനാണോ? മലയാളിയാണോ? കുട്ടിയെന്നാണോ പേര്?

എന്നിട്ട് പണ്ടൊരിക്കൽ പത്രമാപ്പീസിൽനിന്നെടുത്ത ഗ്രൂപ്പ് ഫോട്ടോയിൽനിന്ന് പ്രത്യേകം കീറിയെടുത്ത കുട്ടിയുടെ പഴയ ഫോട്ടോ എടുത്തുനീട്ടും.

മാഡം നിങ്ങളുടെ പൈലറ്റിന് ഈ മുഖച്ഛായയുണ്ടോ?

എനി റിസംബ്ലൻസ്?

നമുക്കെന്തു ചെയ്യാൻ പറ്റും? ദൈവം സ്വന്തം തടി കാത്തുസൂക്ഷിക്കാനുള്ള ഉത്തരവാദിത്തം ഏറ്റവും കൂടുതൽ നൽകിയത് അവനവന് തന്നെ ആയിപ്പോയല്ലോ!

ചേറ്മൊയ്തു

ഇക്കുറി ഞാനൊരു കഥാപാത്രത്തെ നിങ്ങൾക്ക് പരിചയപ്പെടുത്തിത്തരാം. പേര് :മൊയ്തു. ജനം സ്നേഹപൂർവ്വം ചേറ്മൊയ്തു എന്നു വിളിക്കുന്നു. ഇവനെ മറ്റുള്ളവരിൽനിന്ന് വ്യത്യസ്തനാക്കുന്ന ഒരു ഗുണമുണ്ട്. കുളിക്കില്ല. പെറ്റപാടെ ഒരു കുളി കുളിച്ചിട്ടുണ്ട്. പിന്നെ ഈ ആവശ്യത്തിന് വെള്ളം തൊട്ടിട്ടില്ല. മൊയ്തു കോഴിക്കോട്ടെത്തിയാൽ ചേന്ദമംഗലൂരിൽ വിവരമറിയും. ആദ്യം നാറ്റമാണു വരിക. പിന്നെ ഒന്നൊന്നരമണിക്കൂറു കഴിഞ്ഞേ മൊയ്തു വരൂ. നാറ്റമെന്നു പറഞ്ഞുകൂടാ. നന്നാറ്റം!

നാറ്റത്തിന്റെയും കുളിരാഹിത്യത്തിന്റെയും കാര്യം ഒഴിച്ചുനിർത്തിയാൽ ആൾ ബഹുകേമൻ. സുമുഖൻ. കുളിച്ചില്ലെങ്കിലും മുടി ഭംഗിയായി കോതിവെയ്ക്കും. ഇസ്തിരിയിട്ട പാന്റ്സും കുപ്പായവുമിടും. കുപ്പായത്തിൽ നല്ല ഒന്നാന്തരം പെർഫ്യൂം പൂശിയിട്ടുണ്ടാകും. മുഖത്ത് സദാ പുഞ്ചിരി. ആർക്കും എന്തുപകാരവും എപ്പോൾ വേണമെങ്കിലും ചെയ്യാം എന്ന മട്ടിലാണ് ചിരി.

നാറ്റത്തിന്റെ കാര്യമൊഴിച്ചുനിർത്തിയാൽ നമ്മളിലൊരാൾ തന്നെയാണ് ഈ മൊയ്തു. നമ്മളെപ്പോലെ ഉണ്ണുന്നു. പത്രം വായിക്കുന്നു. അന്താരാഷ്ട്രകാര്യങ്ങളിലിടപെടുന്നു. ആഗോളവിപണിയിൽ ചേനയ്ക്കുണ്ടായ വിലയിടിവിൽ ദുഃഖിക്കുന്നു. കാര്യങ്ങൾ എന്നും ഇങ്ങനെ പോയാൽ മതിയോ? ഇവന്റെ ഈ നാറ്റം ഒന്നവസാനിപ്പിക്കണ്ടേ? എത്രയോ വർഷങ്ങളായി ഇവന്റെ ശരീരത്തിൽ പൊറ്റ കെട്ടിക്കിടക്കുന്ന ഈ ചേറ് ഒന്ന് ഒഴുക്കിക്കളയണ്ടേ?

പലതവണ പലരും ഉപദേശിച്ചതാണ്: മൊയ്തൂ, നീ ആ പൈപ്പിൻ ചുവട്ടിൽ ചെന്ന് ഒന്ന് കുളിക്ക്. നമ്മളെ പൊന്നാരച്ചങ്ങാതിയല്ലേ. പ്ലീസ്. നിനക്കറിയുമോ, എത്രമേൽ നാറ്റമാണ് നീ ഈ ദുനിയാവിൽ വരുത്തിവയ്ക്കുന്നതെന്ന്. പുന്നാരക്കുട്ടനല്ലേ, ഒരു തവണയെങ്കിലും ഒന്നു കുളിക്ക്. പ്ലീസ്.

'ഉം...ഹും.'

അതൊഴിച്ചുനിർത്തി എന്തുകാര്യവും നമുക്ക് സംസാരിക്കാം എന്നാണ് മൊയ്തു പറയുന്നത്.

ഞങ്ങളവനെ സംയമനത്തോടെ വീണ്ടും ഉപദേശിച്ചു. മുഖം കറുപ്പിച്ചു. ഒടുവിൽ ഭീഷണിപ്പെടുത്തി. നിന്നെ നാടുകടത്തിക്കളയും, കൊന്നുകളയും. മലിനീകരണത്തിനു കേസു കൊടുക്കും. നിന്നെ ജയിലിൽ കിടത്തിക്കും. അങ്ങനെ പലതും.

മൊയ്തുവിനുണ്ടോ വല്ല കുലുക്കവും. മൊയ്തു പഴയ മൊയ്തു തന്നെ. ജയിലില്ല. തൂക്കിക്കൊന്നാലും ഈ ഞാൻ കുളിക്കില്ല. അവൻ അവസാനവാക്കിന് അടിവരയിട്ടു.

സംഭവം അതിന്റെ പാട്ടിനു വിടാൻ പറ്റുമോ? സംഗതി നാറ്റമാണ്. നിങ്ങളെ മാത്രമല്ല, എന്നെയും ബാധിക്കുന്ന പ്രശ്നമാണ്. ഇവനെയൊന്നു കുളിപ്പിക്കണം. എന്തുണ്ടു വഴി? ഉറങ്ങുമ്പോൾ ഒരു കുടം വെള്ളമൊഴിച്ചാലോ? പിന്നിൽനിന്ന് പിടിച്ചുകെട്ടി കുളിപ്പിച്ചാലോ? അങ്ങനെ വഴികൾ പലതുണ്ട്. പക്ഷെ, ഒന്നും നടപ്പിലായില്ല എന്നുമാത്രം. കുളിപ്പിക്കാൻ പോയിട്ട് അവന്റെ ശരീരത്തിൽ ഒരു തുള്ളി വെള്ളം കുടയാൻപോലും കഴിഞ്ഞില്ല.

അങ്ങനെയിരിക്കെയാണ് ഈ കഥയിൽ പറയാനുദ്ദേശിച്ച സംഭവത്തിന്റെ വരവ്. ടൗണിൽ ഒരു കുടുസ്സ് ലോഡ്ജ് നടത്തുന്ന കണാരേട്ടനുണ്ട്, ഞങ്ങളുടെ കമ്പനിയിൽ. അദ്ദേഹത്തിന്റെ തലമണ്ടയ്ക്കകത്തുനിന്നാണ് താഴെപ്പറയുന്ന സൂത്രം ഉടലെടുക്കുന്നത്.

വയസ്സ് പത്തമ്പതു കഴിഞ്ഞെങ്കിലും ഇപ്പോഴും ബാലപ്രസിദ്ധീകരണങ്ങൾ മാത്രം വായിക്കുന്ന ആളാണ് കണാരേട്ടൻ. സൂത്രം ആ വഴിക്കു വന്നതാവാം. എന്താണ് കണാരേട്ടന്റെ പ്ലാൻ എന്നല്ലേ, അദ്ദേഹം വിശദീകരിക്കുന്നതു കേൾക്കൂ.

'ലോഡ്ജിൽ ഒന്നാംനിലയിലെ ഇടനാഴിയിൽ ഇടുങ്ങിയ ഒരു ബാത്ത്റൂമുണ്ട്. എങ്ങനെയങ്കിലും അവനെ അവിടെവരെ എത്തിച്ചാൽ മതി. ബാത്ത്റൂമിനടുത്തെത്തുമ്പോൾ ഒരു തള്ള് വച്ചുകൊടുക്കുക. ഉടനെ റൂം പുറത്തുനിന്ന് പൂട്ടുക. ഷവർ ബാത്ത് തുറന്നുവെച്ച് പുറത്തെ പൈപ്പ് തിരിച്ചാൽ അകത്തു വെള്ളം വീഴും. ഷവർബാത്തിൽനിന്ന് അവൻ രക്ഷപ്പെടുന്ന പ്രശ്നമേയില്ല. അത്ര ഇടുങ്ങിയതാണ് ബാത്ത്റൂം.'

ഭാവന കൊള്ളാം. പക്ഷേ, എങ്ങനെ അവനെ ലോഡ്ജുവരെ എത്തിക്കും?

ഞങ്ങളുടെ കമ്പനിയിൽ കോമഡിസിനിമകൾ സ്ഥിരമായി ക്കാണുന്ന ഒരു വിശ്വനുണ്ട്. അവൻ നിസ്സാരമായി അട്ടഹസിച്ചു.

അതിനൊക്കെ വഴിയുണ്ട്.

എന്തു വഴി?

വഴി ശരിയായി. ഇനി മൊയ്തുവിനെ കാണണം.

കണ്ടു. വിശ്വൻ വളരെ നാടകീയമായി മൊയ്തുവിനെ വിളിച്ചു. സ്വകാര്യം പറഞ്ഞു: മൊയ്തൂ...നിന്നോട് ഒരു പെണ്ണിന് കലശലായ പ്രേമം!

അവൻ അവിശ്വാസത്തോടെ വിശ്വനെ നോക്കുന്നു. സത്യമാണ് മൊയ്തു. നിന്റെ നാറ്റത്തിൽ ആകൃഷ്ടയായ ഒരു തരുണീമണി. കരിമ്പുപോലൊരു പെണ്ണ്.

അവസാനത്തെ പ്രയോഗത്തിൽ അവൻ വീണു.

പെണ്ണ് എന്നു കേൾക്കുമ്പോൾത്തന്നെ പുരുഷന്റെ ബുദ്ധിയുടെ പകുതിയോളം മരവിക്കും. പക്ഷേ, മൊയ്തുവിന്റെ ബുദ്ധിയുടെ മുക്കാലും മരവിച്ചുപോയി.

ബാക്കി കേൾക്കാൻ അവൻ കാതോർത്തു. വിശ്വന് ആവേശം കൂടുകയാണ്. നിന്നെ ഒരുനോക്ക് മുഖാമുഖം കാണാൻ, അടുത്തുനിന്ന് നാലുവർത്തമാനം പറയാൻ നോമ്പുനോറ്റിരിക്കുകയാണവൾ.

സംഗതി സത്യമോ? എല്ലാ വിഡ്ഢിയെയുംപോലെ അവനും ചോദിച്ചു. സംഭവം സത്യമെന്നുമാത്രമല്ല, ഗൗരവത്തിലുള്ളതുമാണ്.

അവൻ നിശ്ശബ്ദനായിപ്പോയി. ഈ നിശ്ശബ്ദതയിൽക്കൂടി വലിഞ്ഞു കയറി വിശ്വൻ സംഗതി പുറത്തിട്ടു.

നിങ്ങൾ സ്വസ്ഥമായി ഒരിടത്തുനിന്ന് സംസാരിക്കണം.

അതിനിപ്പം എവിടെയെന്നുവച്ചാ.

പ്രിയപ്പെട്ട സുഹൃത്തുക്കളേ, അവന്റെ ചോദ്യം എത്ര നാടകീയമായിട്ടാണ് ഞങ്ങൾ ഒരുക്കിയ കുഴിക്കകത്തേക്ക് വരുന്നതെന്നു നോക്കൂ.

വിശ്വന്റെ മുഖത്ത് സന്തോഷത്തിന്റെ ഒരിരച്ചുകയറ്റം.

അതു വലിയ പ്രശ്നമൊന്നുമല്ല. നമ്മുടെ കണാരേട്ടന്റെ ലോഡ്ജിലാവാം. സമയവും സന്ദർഭവുമൊക്കെ നീ തന്നെ പറഞ്ഞാൽ മതി.

അങ്ങനെ ആ വല ശരിയായിക്കഴിഞ്ഞു. അന്നദിവസം ഞങ്ങൾ മൊയ്തുവിനെയും കാത്തിരിക്കുകയാണ്.

പറഞ്ഞ സമയം ഇതാ ഇങ്ങടുക്കുന്നു.

കണാരേട്ടന്റെ സംശയം പെരുകുന്നു. അവൻ വരുമോ?

വരും. പെണ്ണെന്നുകേട്ടാൽ അവനു വരാതിരിക്കാനാവില്ല. കണാരേട്ടൻ ചിരിച്ചു.

ഞാൻ ഉള്ളിൽനിന്ന് ഷവർ തുറന്നുവച്ചിട്ടുണ്ട്. മൊയ്തുവിനെ ബാത്ത് റൂമിൽ തള്ളി വാതിലടയ്ക്കുന്നത് വിശ്വനായിരിക്കും. പുറ

ത്തുനിന്ന് പൈപ്പ് തുറക്കുന്നത് ഞാൻ.

സമയം നീങ്ങുകയാണ്. അവനെ കാണുന്നില്ലല്ലോ. കണാരേട്ടന് വീണ്ടും സംശയമായി. ഇനി അവൻ മുങ്ങുമോ?

കൂട്ടത്തിലെ അന്ത്രുമാൻ മൂക്ക് ശരിക്കും വിടർത്തി ഘ്രാണശക്തിയെ ഒന്ന് പൊലിപ്പിച്ചെടുത്തു.

അന്ത്രുമാൻ ഒരു ജ്ഞാനിയെപ്പോലെ പ്രഖ്യാപിച്ചു.

'ങ്ഹാ വരുന്നുണ്ട്. ഏതാനും മിനിട്ടുകൾക്കകം അവനിങ്ങെത്തും.

അന്ത്രുമാൻ പറഞ്ഞതു ശരിതന്നെ. സമീപപ്രദേശങ്ങളിലാകമാനം നാറ്റം പരത്തിക്കൊണ്ട് മൊയ്തു വന്നു. പൗഡറിട്ട്, ഇസ്തിരിയിട്ട്, മുടി ചീകിയൊതുക്കി, സുന്ദരക്കുട്ടപ്പനായി. പിന്നെയെല്ലാം വിചാരിച്ചതുപോലെതന്നെ. ബാത്ത്റൂമിനടുത്തെത്തിയതും മൊയ്തുവിനെ തള്ളിയതും വാതിലടച്ചു കുറ്റിയിട്ടതും വിശ്വൻ. കണാരേട്ടൻ പുറത്തേക്ക് പാഞ്ഞുചെന്ന് മെയിൻ പൈപ്പ് തുറന്ന് ആർത്തുചിരിച്ചു. ബാത്ത് റൂമിൽനിന്ന് ഷവർ പൈപ്പിൽ വെള്ളം ചീറ്റുന്നുണ്ട്. മൊയ്തു വാതിലിനിടിക്കുന്നുതം കേൾക്കാം. വെള്ളം ചീറിപ്പോകുന്ന ഒച്ചയിൽ അവന്റെ ആക്രോശങ്ങളൊക്കെ മുങ്ങിപ്പോയി. ഞങ്ങൾ ചിരിച്ചുമറിഞ്ഞു. ചിരിച്ചുചിരിച്ച് കണാരേട്ടൻ ശ്വാസംമുട്ടി കുരച്ചു.

ചുമയ്ക്കിടയിൽ കണാരേട്ടൻ പറഞ്ഞു : ഈ നാട് രക്ഷപ്പെട്ടു. നമ്മെ ആകമാനം ഗ്രസിച്ച ഈ കൊടിയ നാറ്റത്തിൽനിന്ന് ഇതാ നമ്മുടെ രാജ്യം രക്ഷപ്പെട്ടിരിക്കുന്നു.

കുറെക്കഴിഞ്ഞപ്പോൾ കണാരേട്ടൻ പൈപ്പ് പൂട്ടി. അകത്ത് ഷവർ ബാത്തിൽനിന്ന് ഉറ്റിയുറ്റി വീഴുന്ന ജലത്തുള്ളികളുടെ ഒച്ചമാത്രം.

കണാരേട്ടൻ പറഞ്ഞു. ആ തോർത്തെടുക്ക്. ഇനിയും നനച്ചാൽ അവൻ പനിപിടിച്ചു ചാവും. ഞങ്ങൾ കുളിമുറിയുടെ വാതിൽ തുറന്നു. അകത്ത് ചൂടുള്ള പുക മൂടിയിരിക്കുന്നു.

ഞങ്ങൾ പറഞ്ഞു, മൊയ്തൂ ഞങ്ങളോട് ക്ഷമിക്കണം. ഒക്കെ നിന്റെ നന്മയ്ക്കുവേണ്ടി ചെയ്തതാണ്.

അകത്തുനിന്ന് യാതൊരു പ്രതികരണവുമില്ല. കണാരേട്ടൻ ബാത്ത് റൂമിൽ കയറി സ്വിച്ചിട്ടു. ചുട്ടുപൊള്ളുന്ന മുറി. മുറിയിൽ മൊയ്തുവില്ല. താഴെ തളംകെട്ടിക്കിടക്കുന്ന വെള്ളത്തിൽ കൊഴുത്ത ചേറുകാണാം.

ചേറുമാത്രം...

മംഗളം വിശേഷാൽപ്രതി 1993

ഡ്രാക്കുള

ഞാൻ തൊട്ടയൽപ്പക്കക്കാരൻ.

പോരെങ്കിൽ ആൾ ഇന്നോ നാളെയോ മരിച്ചുപോകാം.

ഒന്നുപോയി കണ്ടില്ലെങ്കിൽ...

ഉമ്മ പറഞ്ഞു: എപ്പഴാ റൂഹ് പിടിക്കാന്നറീല്ല. പിന്നീടതൊരു ഖേദപ്പാടായിപ്പോകും. സെയ്താലിക്കാനെ നീ ചെന്നൊന്ന് കാണ്.

ശരിയാണ്. മരിച്ചാൽപിന്നെ നമ്മളാരെയും കാണില്ലല്ലോ. പടച്ചവന്റെ ചാനലാണത്.

സെയ്താലിക്കയെ ഒഴിവാക്കി ഒരു ചരിത്രരചന ഞങ്ങൾ പിലാപ്പറമ്പ് ദേശക്കാർക്ക് സാധ്യമല്ല. പിലാപ്പറമ്പിന്റെ ഒരവയവമാണത്. ഉള്ളറിഞ്ഞ് ഒരു സർ പദവിയും നൽകിയിട്ടുണ്ട്. അങ്ങനെയാണ് സെയ്താലിക്ക സംശയം സെയ്താലിക്കയാവുന്നത്.

നാട്ടിൽ സെയ്താലിക്കയുടെ ജനനത്തെതുടർന്ന് ഇബ്‌ലീസ് കടന്നുവന്നിട്ടില്ല എന്നാണ് പിലാപ്പറമ്പ് ദേശത്തെ ചിലരെങ്കിലും പറയുന്നത്. കാരണം സെയ്താലിക്കയുടെ ജനനത്തോടെ ഫിത്ന, ഫാര, ഫരദൂഷണം എന്നിവയുടെ ഹോൾസെയിൽ മൂപ്പരേറ്റെടുത്തു. പണിയില്ലാതെ ഇബ്‌ലീസ് കോട്ടുവായിട്ട് കുറേക്കാലമിരുന്നു മടുത്തപ്പോൾ പിലാപ്പറമ്പിൽനിന്നും സ്ഥലംവിട്ടു.

ആ വീരചരിത്രദൗത്യത്തിൽ സംശയം സെയ്താലിക്കയുടെ സംഭാവനകൾക്ക് കൈയും കണക്കുമില്ല.

എങ്കിലും ചില സാമ്പിളുകൾ ഇതാ: മുടങ്ങിപ്പോയ കല്യാണങ്ങൾ ഇരുപത്തിയൊമ്പതര (അര എന്നാൽ നിക്കാഹ് കഴിഞ്ഞ ഉടനെ മുടങ്ങിയതും ഇന്ദ്രിയസ്ഖലനം നടന്നിട്ടുമില്ലാത്ത ഒരെണ്ണത്തെ ഉദ്ദേശിച്ചാണ്), കുട്ടിച്ചോറായ വിവാഹബന്ധങ്ങൾ നാല്പത്തിമൂന്നര(ഇവിടെ പരാമർശിക്കുന്നത് അര ഇന്ദ്രിയസ്ഖലനത്തിനുശേഷം ഉപേക്ഷിച്ചുപോകാൻ കഴിയാതെ അങ്ങുമിങ്ങുമില്ലാതെ രണ്ടുപേർ വ്യത്യസ്ത മുറിയിൽ നാട്ടുകാരെ സമാധാനിപ്പിക്കാൻ കിടക്കുന്ന ദാമ്പത്യത്തെ ഉദ്ദേശിച്ചാണ് ഈ മേഖലയിലെ സംഭാവനയ്ക്കുവേണ്ടി ധാരാളം ഗൾഫ് കത്തിടപാടുകൾ അദ്ദേഹത്തിന് നടത്തേണ്ടിവന്നിട്ടുണ്ട്.

അതിർത്തിത്തർക്കം 34

വഴിത്തർക്കം 52. ....

വെറുതെ ചാരിവെച്ച വാതിൽ, അടച്ചിട്ട മുറിയിൽ അസമയത്തിരുന്ന കത്തുന്ന ബൾബ്, എന്തോ ഓർത്ത് സ്വയം മറന്നിരുന്നുപോകുന്ന കല്യാണപ്രായമെത്തിയ പെൺകുട്ടി ....എഴുതാത്ത കത്ത്. ഇതൊക്കെ കാണുമ്പോൾ സെയ്താലിക്ക പറയും: ഇവിടെ പലതും നടക്കുന്നുണ്ട്!

വെറുതെ ചാരിവെച്ച വാതിൽ അങ്ങനെ വെറുതെ കണ്ടുപോകാൻ മൂപ്പര്ടെ മനസ്സനുവദിക്കില്ല. വീട്ടിൽ പോയാൽ ഉറക്കം കിട്ടണ്ടേ? പതുക്കെ അതിന് മുന്നിൽ അങ്ങോട്ടുമിങ്ങോട്ടും ഉലാത്തി കുറച്ചു സമയം കാതോർക്കും. ശബ്ദമൊന്നും കേൾക്കാഞ്ഞ് ചുറ്റുപാടും കള്ളക്കണ്ണുകൊണ്ട് പരതും. പിന്നെ പതുക്കെ, ശബ്ദമുണ്ടാക്കാതെ ആക്രാന്തം കലർന്ന ജിജ്ഞാസയോടെ വാതിൽ തുറന്ന് അകം മുഴുവൻ നോക്കും. ആരെയും കാണാതെ നിരാശയോടെ പിന്തിരിയുമ്പോഴാവും ഒരു പിലാപ്പറമ്പുകാരൻ.

എന്തേ സെയ്താലിക്കാ, ഇവിടെ പമ്മിനിൽക്കുന്നത്?

ഏയ് മുറിയിങ്ങനെ പൂട്ടാതെ ചാരിവച്ചതുകണ്ട് നോക്കീതാ.

മുറില് ആരുല്ലേ?

അർത്ഥം വച്ച് സെയ്താലിക്ക പറയുന്നു: ആരേം കാണാനില്ല.

പിന്നെ ആത്മഗതംപോലെ കൂട്ടിച്ചേർക്കുന്നു. ഇവിടെ പലതും നടക്കുന്നുണ്ട്.

എവിടെ സെയ്താലിക്കാ?

പെട്ടെന്നുണർന്ന് അപകടം തിരിച്ചറിഞ്ഞ് സെയ്താലിക്ക തിരുത്തുന്നു. ഹ് അല്ലാ...നമ്മുടെ നാട്ടിൽ...പഴേ നാടല്ല. ഇവിടെ പലതും നടക്കുന്നുണ്ട്. ഉദാഹരണത്തിന് നമ്മുടെ കൊഴലപ്പം കുഞ്ഞാമദിന്റെ ക്വാർട്ടേഴ്സില്...

ക്വാർട്ടേഴ്സില്?

സെയ്താലിക്കയുടെ ഭാവം മാറുന്നു.

അല്ലെങ്കിൽ ഞാനെന്തിനിതൊക്കെ പറഞ്ഞ് വായ വെടക്കാക്ക്നന്. ഈ നാട് പെഴച്ച് പോയി.

പിന്നെ നീട്ടിവലിച്ചൊരു നടത്തമാണ്.

തുറന്ന വായപോലെ മുറി പിലാപ്പറമ്പുകാരന്റെ മുന്നിൽ മിഴിച്ചിരിക്കുമ്പോൾ ഫസാദ്, ഫിത്ന, ഫരദൂഷണം, ഫാര എന്നീ ക്രമത്തിൽ പിലാപ്പറമ്പിനെ സെക്സ് ജേർണലിസത്തിന്റെ നിറമുള്ള ഒരസ്തമയാകാശം വന്നു മൂടിപ്പോകുന്നു.

പാലം വരുന്നതിനുമുമ്പാണ്.

കടത്തുതോണിയിൽ ഞാനും സെയ്താലിക്കയും ഒറ്റയ്ക്ക്.

പണിയൊന്നും ആയില്ലേ മോനേ.?

ഇല്ല.

മാസ്ട്രപണി ഇല്ലേ?

ട്യൂട്ടോറിയൽ പണി നിർത്തി.

എന്തേ?

കുട്ടികള് കൊറവാണ്.

നിറഞ്ഞു കവിഞ്ഞൊഴുകുന്ന വീതിയേറിയ പുഴയുടെ ഒത്ത നടുവിലായിട്ട് പോലും സെയ്താലിക്ക ചുറ്റുപാടും ഒന്നു നോക്കി സ്വകാര്യംപോലെ പതിഞ്ഞ ശബ്ദത്തിൽ ചോദിച്ചു:

പെങ്കുട്ട്യോളൊന്നുമില്ലേ പഠിക്കാൻ?

ചോദ്യത്തിന്റെ ആഴമേറിയ വ്യാഖ്യാനക്ഷമതയും വീതിയേറിയ സാരാംശങ്ങളും ഓർത്ത് ഞാൻ ചിരി കടിച്ചുപിടിച്ചു.

പിന്നെ മൂപ്പര്ടെ സമാധാനത്തിനുവേണ്ടി പറഞ്ഞു, ആൺകുട്ടികൾക്കു വേണ്ടിയുള്ള കോളെജാ. സെയ്താലിക്കയുടെ മുഖം പ്രസന്നമായി. തോണി കരയ്ക്കടുക്കുംമുമ്പ് ഞാൻ ചോദിച്ചു: കെട്ടിയ മൂന്നു പെണ്ണുങ്ങളും സെയ്താലിക്കാനെ വിട്ടുപോയതെന്താ?

ആഴം കുറഞ്ഞ തീരം.

സെയ്താലിക്ക ക്രുദ്ധനായി എന്നെ നോക്കി. ഉളിപ്പല്ല് നീളുന്നു. കണ്ണിലെ ചുവപ്പ്.

ഞാനാകട്ടെ ചിരിയടക്കാനാവാതെയും.

പരിണിതഫലം ഇങ്ങനെ:

ട്യൂട്ടോറിയല്ന്ന് ഓനെ പൊറത്താക്കിയതാ പോലും.

ഉള്ളത് പറയാലോ. പണ്ടൊന്നും ഓന് അങ്ങനെയൊരു ശീലം ഉണ്ടായിരുന്നില്ല. ഇന്നാട്ടിലെ ഒരൊറ്റ പെൺകുട്ടീന്റേം മൊഖത്ത് നോക്കി വർത്താനം പറേന്നത് ഞാൻ കണ്ടിട്ടില്ല. അല്ലെങ്കിലും നാട് മാറിപ്പോയി. ഇവിടെ പലതും നടക്ക്ന്നുണ്ട്

ആഴ്ച ഒന്നു കഴിഞ്ഞില്ല.

പെങ്ങളുടെ വിവാഹാലോചന അകാരണമായി മുടങ്ങിപ്പോയി.

മാസം ഒന്നു കഴിഞ്ഞില്ല.

കാലത്തെഴുന്നേൽക്കുന്നത് വലിയ വായിലുള്ള വാക്തർക്കം കേട്ട്, ചെന്നുനോക്കുമ്പോൾ അനുജനും അമ്മാവന്റെ മകൻ താജുവും തമ്മിൽ ഭയങ്കര വാക്കേറ്റം.

തെങ്ങുകയറ്റക്കാരൻ കോരൻ ഇറങ്ങണോ കയറണോ എന്നറിയാ

തെ തെങ്ങിന് മധ്യത്തിൽ അള്ളിപ്പിടിച്ചുനിന്ന് താഴോട്ടു നോക്കുന്നു. ആളുകൾ വട്ടംകൂടി നിൽക്കുന്നു. ഫ്രീയായി ഒരു സ്റ്റണ്ടുകാണാനുള്ള ഔത്സുക്യത്തോടെ.

ഞാൻ ചോദിച്ചു, 'എന്താ, എന്താ പ്രശ്നം?

അതോടെ അനുജൻ ബഹളത്തിന് പിന്നിലേക്കൊളിച്ചു. ശാന്തത വന്നു.

താജു പക്ഷേ നിന്ന് കത്തുകയാണ്.

ഇത്രയുംകാലം പറ്റിച്ചില്ലേ. ഇനി തേങ്ങേം കുരുമുളകും പറിക്ക്ന്നത് ഞങ്ങളാ.

എനിക്കാദ്യം കാര്യം മനസ്സിലായില്ല.

തൊട്ടടുത്ത പറമ്പ് അമ്മാവന്റെയാ. താമസിക്കുന്നത് മരിച്ചുപോയ അമ്മാവന്റെ മക്കളും. ഇതുവരെ ഇങ്ങനെ ഒരു അതിർത്തിപ്രശ്നം ഉണ്ടായിട്ടില്ല. അത്ഭുതം. താജു ആളാകെ മാറിപ്പോയിരിക്കുന്നു.

എന്തുപറ്റി താജൂ?

ഞാൻ ചോദിച്ചു.

പറ്റാനൊന്നുമില്ല. ഇനിയീ തെങ്ങീന്ന് ഞാൻ തേങ്ങ പറിക്കും. ഇത് ഞങ്ങടെ പറമ്പാ.

ഞാൻ പറഞ്ഞു, ഇതു മാത്രമല്ല, ഞങ്ങടെ പറമ്പും നിങ്ങടെയാ. ത്തീം മക്കളായ ഞങ്ങളെ വളരെ കഷ്ടപ്പെട്ട് പോറ്റിയതും പഠിപ്പിച്ചതും ഈ വീടും ഭൂമിയും തന്നതും ഒക്കെ താജൂന്റെ ഉപ്പയാ. ഞങ്ങടെ പൊന്നുപോലത്തെ അമ്മാവൻ. അദ്ദേഹം മരിക്കുമ്പം നിനക്ക് മൂന്നു വയസ്സാ.

എന്റെ കണ്ണുനിറഞ്ഞു.

സ്തംബ്ധനായി നിന്നുപോയ താജുവിന്റെ ചുമലിൽ ഞാൻ കൈവെച്ചു.

അവന്റെ കണ്ണുകൾ നിറയുകയാണ്.

വൈകിട്ട് താജുവുമായി ഞാനൊരു സായാഹ്നനടത്തം.

അവൻ കുറ്റം സമ്മതിച്ചു.

ഉപ്പയെ കബളിപ്പിച്ച് ഞങ്ങൾ സ്വത്ത് കൈക്കലാക്കിയ കഥ.

അതിർത്തിയിലെ തെങ്ങിൽനിന്ന് ഫലം അനുഭവിക്കാനുള്ള ഞങ്ങളുടെ അയോഗ്യത കള്ളരേഖ, കള്ളസാക്ഷി.

ആരാ ഈ കഥ തന്നോട് പറഞ്ഞത്?

മടിച്ചുമടിച്ചാണെങ്കിലും അവന് ഏറ്റുപറയാതിരിക്കാനായില്ല.

സെയ്താലിക്ക.

പിറ്റേന്ന് ഇടവഴി കഴിഞ്ഞ നിരത്തിലേക്കിറങ്ങുമ്പോൾ ഓർക്കാപ്പു

റത്ത് സെയ്താലിക്ക.

മുന്നിൽപ്പെട്ട് പരുങ്ങുന്ന ഭാവം.

ഞാൻ പറഞ്ഞു: വരൂ സെയ്താലിക്കാ, നമുക്കൊരു ചായ കുടിക്കാം. അമ്പരന്നു നിൽക്കുന്ന സെയ്താലിക്കയോട് ഒരു ഭീഷണിപോലെ ഞാനാവർത്തിച്ചു: വരൂ, സെയ്താലിക്കാ, നമുക്കൊരു ചായ കഴിക്കാം.

എന്റെ ആജ്ഞാശക്തിയിൽ ആൾ ദുർബലനായി.

നായര്ടെ ചായപ്പീടികയിലിരുന്ന് ചായയ്ക്കും ഉണ്ണിയപ്പത്തിനും ഓർഡർ ചെയ്തു. ആരും ഒന്നും മിണ്ടിയില്ല. സെയ്താലിക്ക ദുർഗ്രാഹ്യമായ ഒരത്യന്താധുനിക കഥയ്ക്കുമുന്നിൽ പകച്ചുനിൽക്കുന്ന പാവം വായനക്കാരെപ്പോലെ ചായ ഊതിക്കുടിച്ചു. ഇടയ്ക്ക് ഉണ്ണിയപ്പം പൊട്ടിച്ച് മറ്റാരും കാണാതെ സൂക്ഷിച്ചു പരിശോധിക്കുകയും മണത്തുനോക്കുകയും ചെയ്തു.

ഞാൻ പറഞ്ഞു: പേടിക്കേണ്ട സെയ്താലിക്കാ, ഞാൻ വിഷമിടാനൊന്നും ഏർപ്പാടാക്കീട്ടില്ല.

ഇടവഴിയിലേക്ക് തിരിഞ്ഞ് യാത്രയാകുമ്പോൾ ഞാൻ സെയ്താലിക്കയുടെ കൈ പിടിച്ചു.

സെയ്താലിക്കാ, ഞാനെന്തോ അപ്പഴത്തെ ഒരു മൂഡിൽ പറഞ്ഞുപോയതാ. നിങ്ങടെ മൂന്നുഭാര്യമാരും ഉപേക്ഷിച്ചുപോയതിനെപ്പറ്റി. പറഞ്ഞത് മാപ്പാക്കണം.

പിന്നെ, നൂറുരൂപയുടെ കറൻസിയെടുത്ത് ഞാൻ സെയ്താലിക്കായ്ക്ക് നീട്ടി.

ജീവിതത്തിൽ ഞാനാർക്കും കൈക്കൂലി കൊടുത്തിട്ടില്ല. ഇത് വാങ്ങണം. എന്റെ പേര് ചേർത്ത് ഇനിയൊന്നും പറഞ്ഞുണ്ടാക്കര്ത്.

അദ്ദേഹം ഒന്ന് സ്തംബ്ധനായോ?

ഇല്ല.

തികച്ചും അപ്രതീക്ഷിതമായി മൂപ്പർ ആ പണം വാങ്ങി പോക്കറ്റിലിട്ടുകൊണ്ട് ഗൗരവപൂർവ്വം, വലിയൊരു ഉത്തരവാദിത്വം ഏറ്റെടുത്തിട്ടെന്നപോലെ പറഞ്ഞു:

ഉം. ഞാനൊന്നാലോചിക്കട്ടെ.

സെയ്താലിക്കയെ കാണാൻ ആശുപത്രിയിലേക്കു പോവുകയാണെന്നറിഞ്ഞപ്പോൾ താജു പറഞ്ഞു:

ഞാനും വരുന്നു. ഏത് നിമിഷവും തട്ടിപ്പോകുന്നാ കേൾക്ക്ന്നത്. നാടു രക്ഷപ്പെടുമോ?

ഞാൻ വിലക്കി.

വേണ്ട താജൂ. ഈ ലോകത്ത് ഓരോരുത്തരും അവനവന്റെ പാഠഭാഗങ്ങൾ വായിച്ചുതീർക്കുകയാണ്. ചിലരുടേത് ദുഷ്ടകാണ്ഡം. ചിലരുടേത് നെറയെ അക്ഷരത്തെറ്റുകൾ. കീറിയഭാഗമാണഅ ചിലരുടെ പേജ്. ചിലരുടെ പേജുകൾ വായിക്കാനാവാത്തവിധം നിറം മങ്ങിയത്. നമ്മളായിട്ട് ആരേം കുറ്റപ്പെടുത്തണ്ടാ.

ആശുപത്രിയിൽ, ദ്രുതതാളത്തിലുള്ള നെഞ്ചിൻകൂടും കുഴിയിലാർന്ന കണ്ണുകളുമായി എങ്ങോട്ടോ ഉറ്റുനോക്കി കിടക്കുകയാണ് സെയ്താലിക്ക.

മൂക്കില് കുഴലിട്ടാണ് ഭക്ഷണം. ഓക്സിജൻ ടെന്റ് തൊട്ടടുത്തുണ്ട്. ഡ്രിപ്പിലൂടെ തുള്ളിതുള്ളിയായി മരുന്ന് ക്ഷീണിച്ച ആ ഞെരമ്പിലൂടെ മടിച്ചുമടിച്ച് കടന്നുപോകുന്നു.

ഞങ്ങളെ കണ്ടതും എന്തോ പറയാൻ ശ്രമിച്ചു, സെയ്താലിക്ക. സെയ്താലിക്കയുടെ നോട്ടം വിദൂരതയിലെവിടെയോ ചെരിഞ്ഞു തറഞ്ഞുനിൽക്കുന്നു. ദേ അങ്ങോട്ട് നോക്കൂ എന്ന അർത്ഥത്തിൽ.

ഞാൻ ക്ഷീണിച്ച ആ കൈയിൽ തൊട്ടു.

എന്നെ മനസ്സിലായില്ലേ?

അതെയെന്ന് തലയനക്കി. വീണ്ടും കണ്ണു വിദൂരമായ ഇടങ്ങളിൽ. അപ്പോഴേക്കും ഡോക്ടർ റൗണ്ട്സിനെത്തി. ഞങ്ങൾ പുറത്തിറങ്ങി.

താജു പറയുന്നു:

നിന്നോട് ഇത്തിരി കടുംകൈകൾ സെയ്താലിക്ക ചെയ്തിട്ടുണ്ട്. അതാവും നിന്റെ മുഖത്തുനിന്ന് കണ്ണെടുത്ത് ദൂരെയെങ്ങോ നോക്കുന്നത്.

ഞാൻ പറഞ്ഞു: പാവം.

താജു കൂട്ടിച്ചേർത്തു : അവസാനകാലത്ത് മൂപ്പര് തന്നിഷ്ടത്തിന് നടത്തിയ ഓപ്പറേഷനാണത്രെ ചതിച്ചത്.

പുതിയൊരറിവ് കേട്ട് ഞാൻ അവന്റെ മുഖത്തുനോക്കി.

നാലാമതൊന്ന് കെട്ടാൻ മൂപ്പർക്ക് പെരുത്ത് പൂതിയുണ്ടായിരുന്നു. ഓപ്പറേഷൻകൊണ്ട് ശരിയാകുമെന്നും ഭാര്യ പിന്നെ വിട്ടുപോകില്ലെന്നും ഏതോ ഡോക്ടർ വാക്കു കൊടുത്തൂത്രേ. പാവത്തിന്റെ കുറേ പൈസയും പറ്റിച്ചിട്ടുണ്ടാവും. കളിയേതായാലും കാര്യായി.

അവൻ തെല്ല് നിശ്ശബ്ദതയ്ക്കുശേഷം പറഞ്ഞു:

ഈ ഹോസ്പിറ്റലിൽ ജോലി ചെയ്യുന്ന എന്റെയൊരു സുഹൃത്താണ് പറഞ്ഞത്, ജനനേന്ദ്രിയത്തിൽ കാൻസറാണത്രെ. തീരാറായെന്നും.

സങ്കടംകൊണ്ടെന്റെ ചങ്ക് നീറി. വിപരീതദിശയിൽ സഹജീവികളെ

വായിക്കാൻ വിധിക്കപ്പെട്ട ജന്മം.

റൗണ്ട്സ് കഴിഞ്ഞ ഡോക്ടർ പുറത്തേക്കു പോയി. സെയ്താലിക്കയോട് യാത്ര പറയാനാവാതെ ഞാൻ വിഷമിച്ചുനിന്നു. വാക്കുകൾ വായിച്ചെടുക്കാനാവാത്ത പേജുകൾ.

സെയ്താലിക്ക വീണ്ടും വിദൂരതയിലേക്കുതന്നെ ചരിഞ്ഞുനോക്കുകയാണ്. ഇടയ്ക്കെന്തോ പറയാൻ ശ്രമിച്ചു. കണ്ണു നനയുന്നുവോ?

സാരല്ല, സെയ്താലിക്കാ. മനുഷ്യരല്ലേ, പരസ്പരം ചില തെറ്റുകൾ വന്നുപോയിട്ടുണ്ടാവും. അതൊന്നും കാര്യമാക്കരുത്. പ്രാർത്ഥിക്കാം. അല്ലാഹുവല്ലേ ഏറ്റവും വലുത്.

പോകാനനുവദിക്കാതെ സെയ്താലിക്ക കൈയിൽ പതറിപ്പിടിച്ചു. ദുർബലവും തണുത്തതുമായ കൈ എന്തോ പറയാൻ ശ്രമിക്കുന്ന സെയ്താലിക്ക.

ഞാൻ ചെവി ചുണ്ടോടടുപ്പിച്ചു. ഒപ്പം താജുവും. കുഴിഞ്ഞ ഇരുട്ടിലെ തന്റെ കൃഷ്ണമണികൾ വിദൂരമായ ഒരിടത്തേക്ക് ചൂണ്ടി സെയ്താലിക്ക പിറുപിറുക്കുംപോലെ പറയുന്നു.

ആ മുറി കണ്ടോ?

ഞാൻ നോക്കി.

വെറുതെ ചാരിവച്ച വാതിലുമായി ഒരു മുറി, അതിനകത്ത് ഒരു സിസ്റ്ററ് കേറീറ്റ്ണ്ട്.

ശ്വാസഗതി ഒന്നുയർന്നുതാണ് സെയ്താലിക്ക ഞരങ്ങിപ്പറഞ്ഞു: പിന്നാലെ ഒരാൺഡോക്ടറും കേറീട്ടുണ്ട്. കൊറേനേരായി.

ഞാൻ സമാധാനിപ്പിച്ചു.

സാരല്ല സെയ്താലിക്ക, അത് മോർച്ചറിയാ.

എന്തോ പറയാൻ ഓങ്ങി. ശ്വാസം നെഞ്ചിൻകൂടിനകത്ത് കുടുങ്ങി വില്ലുപോലെ വളഞ്ഞ് അവസാനത്തെ തവണപോലെ ഒരു പിടച്ചിൽ. സെയ്താലിക്ക വിട്ടില്ല. കഫക്കെട്ടാർന്ന് ഒരു പ്രതിഷേധഞരക്കത്തോടെ പറഞ്ഞു: മോർച്ചറിയായാലെന്താ?

വീണ്ടും ഓക്സിജൻ ടെന്റിൽ മുഖം മൂടിയ നിലയിൽ സെയ്താലിക്ക.

തിരിച്ചുപോരുമ്പോൾ ഇടതുഭാഗത്തെ വെറുതെ ചാരിയിട്ട മോർച്ചറിയുടെ വാതിലിന് മുന്നിലെത്തിയപ്പോൾ താജുവിന്റെ നടത്തം മന്ദഗതിയിലായി.

ഞാൻ ചോദിച്ചു: എന്തേ നിന്നത്?

നമുക്കൊന്ന് തുറന്നുനോക്കിയാലോ?

ഏത്?

മോർച്ചറി.

മോർച്ചറിക്കകത്തെ ഇരുട്ടിൽനിന്ന് ഒരായിരം വവ്വാലുകൾ ഗതികിട്ടാതെ ചിറകടിച്ചുപറക്കുന്ന ശബ്ദം കേട്ടു.

ഡോക്ടർ പുറത്തുണ്ട്

ഡോക്ടർ അബ്ദുറഹിമാൻ വീട്ടുമുറ്റത്തുനിന്നു തന്റെ വെളുവെളുത്ത ഇന്നോവ കാർ സ്റ്റാർട്ടു ചെയ്തു പുറത്തിറക്കി. പ്രധാന നിരത്തിലേക്ക് പ്രവേശിച്ചതും റേഷൻമണക്കുന്ന ഒരു ദരിദ്രവാസി കുറുകെ ചാടിയതും ഒരുമിച്ച്.

പിന്നിലിരുന്ന ഭാര്യ പറഞ്ഞു:

ഇവനൊക്കെ നടക്കാൻ വേറെ റോഡുകളില്ലേ? നാറികള്!

ഡോറിൽനിന്നു തലയെത്തിച്ചുനോക്കി ദരിദ്രവാസിയെ നോക്കി അബ്ദുറഹിമാൻ ഒരലർച്ചയാണ്:

എവിടെ നോക്കിയാടാ പന്നീ നടക്കുന്നത്?

പ്രാണൻ തിരിച്ചുകിട്ടിയ ആശ്വാസത്തോടെ അവൻ പറഞ്ഞു:

സാർ, ഞാൻ ഡോക്ടറെ കാണാൻ വീട്ടിലേക്കു വരികയായിരുന്നു.

അതോടെ അബ്ദു റഹിമാൻ ഡോക്ടറുടെ മനസ്സ് തണുത്തു.

എന്തിനേനും?

സാർ, ജാനകി കെ.പി, വയസ്സ് 45. എന്റെ ഭാര്യ, നാളെ ഓപ്പറേഷൻ. വന്നുകണ്ടിരുന്നു...

ഉം. ഓർമ്മയുണ്ട്. സർക്കാറാശുപത്രിയാന്നറിയാലോ?

അയാൾ വിനയവിനീതനായി പറഞ്ഞു:

അറിയാം സാർ.

ഉറുപ്പിക കൊണ്ടുവന്നിട്ടുണ്ടല്ലോ?

അയാൾ ഒരു കിഴിയെടുത്ത് അബ്ദുറഹിമാൻ ഡോക്ടറെ ഏൽപ്പിച്ചു.

പിന്നേം തുണിസഞ്ചിലാണോ?

കുറ്റബോധത്തോടെ ദരിദ്രവാസി പറഞ്ഞു:

ചില്ലറ തന്നെയാ സാർ,

അബ്ദു റഹിമാൻ ഡോക്ടർ അലോസരത്തോടെ ഒന്നുനോക്കി.

തനിക്കു നോട്ടൊന്നും കിട്ടീല്ലേ?

ഇല്ല സാർ, പക്ഷേ, കുറവൊന്നുമില്ല. ഡോക്ടറ് പറഞ്ഞതുണ്ട്.

എത്ര?

രണ്ടായിരം.

രണ്ടായിരം തികച്ചുംണ്ടല്ലോ?

രോഗി തല ചൊറിഞ്ഞു. അത്...

ഡോക്ടർക്ക് ശരിക്കും കലി കയറി.

കാര്യം തെളിച്ചുപറയെടോ.

രണ്ടുറുപ്പികേന്റെ കൊറവുണ്ട്. ഡോക്ടർ ഒരഞ്ചുമിനുട്ടു കാത്തിരിക്കയാണെങ്കില് ഞാനിപ്പം എത്തിക്കാം.

തന്റെ കാർ റോഡരികിൽ ചേർത്തുനിർത്തി ഡോക്ടർ പറഞ്ഞു:

ചെല്ല്, ചെല്ല്. വേഗം രണ്ടുറുപ്പികേം കൊണ്ടുവാ.

അവൻ കിഴി സൗമ്യമായി കാറിനകത്തേക്കു വെച്ചു പുറത്തേക്ക് നടന്നു. ആരോടോ എന്തോ സംസാരിച്ചു. കുറച്ചു കഴിയുമ്പോഴതാ, സന്തോഷഭരിതനായി വരുന്നു. കൈയിലൊരു നാണയം. ആ നാണയമെടുത്ത് കിഴിയിലെറിഞ്ഞുകൊണ്ട് ആഹ്ലാദത്തോടെ പറഞ്ഞു:

സാർ, പറഞ്ഞതിലും രണ്ടുറുപ്പിക കൂടുതലുണ്ട്.

അബ്ദുറഹിമാൻ ഡോക്ടർക്ക് സന്തോഷമായി. അയാൾ തന്റെ കണ്ണെടുത്ത് കാറിന്റെ മുൻഭാഗത്തേക്ക് ഫിറ്റ് ചെയ്തു വണ്ടി സ്റ്റാർട്ടാക്കി. അനന്തരം തന്റെ അസ്ഥികൂടംപോലുള്ള ശരീരംകൊണ്ട് കാറിനെ പതുക്കെയമർത്തിയിക്കിളിയാക്കി.

അവൻ അപ്പോഴും പിന്നിൽനിന്നു വിളിച്ചുപറയുന്നുണ്ടായിരുന്നു.

സാർ, മറക്കരുത്. ജാനകി കെ.പി. വയസ്സ് 45.

സീറ്റിലിരുന്നു കുലുങ്ങുന്ന കിഴിയെ നോക്കി ഭാര്യ അക്ഷമയോടെ ചോദിച്ചു

ഇതെന്തൊരേർപ്പാട്. ചില്ലറത്തുട്ടായിട്ടാണോ നിങ്ങൾ കൈക്കൂലി വാങ്ങുന്നത്? ആ ഇഡിയറ്റിനോട് നോട്ടാക്കി കൊണ്ടുവരാൻ പറയരുതോ?

രണ്ടുതവണ പറഞ്ഞതാ. അയാൾക്കു കഴിയണ്ടേ? ഇനീം നീട്ടിവെച്ചാല് ജാനകി കെ.പി. വയസ്സ് 45 വടിയാകും. സംഗതി സർക്കാരാശുപത്രിയാണ്. എന്റെ പണം പോയാൽ ആര് സമാധാനം പറയും.

ഭാര്യ പറഞ്ഞു :

ആ എരപ്പാളി രണ്ടുറുപ്പിക ഇപ്പം കൊണ്ടുവരാന്നും പറഞ്ഞു പോയിട്ട് നാലുറുപ്പിക തന്നതിൽ ഒരു ഇൻസൽട്ടിംഗില്ലേ ഹസ്സേ?

പ്രധാന വളവിൽനിന്ന് ഗിയർ മാറ്റുന്നതിനിടയിൽസ അബ്ദു റഹിമാൻ അലമായി പറഞ്ഞു:

എന്തിൻസൽട്ടിങ്ങ്! വെറുതെ രണ്ടുറുപ്പിക കൂടുതൽ കിട്ടിയില്ലേ നമുക്ക്?

അയാൾക്കെന്താ പണി? ഭാര്യ ചോദിച്ചു.

അടുത്ത ഗിയറിലേക്ക് വണ്ടിയെ പായിച്ചുകൊണ്ട് അബ്ദുറഹിമാൻ യാന്ത്രികമായി പറഞ്ഞു:

എരക്കല്...ബെഗ്ഗിങ്ങ്.

ഇതുകേട്ടതും ഭാര്യ കിഴിയെ അറപ്പോടെ നോക്കി.

അയ്യേ!

അബ്ദുറഹിമാൻ ഡോക്ടർ പറഞ്ഞു: എന്ത് അയ്യേ! കോയിനായാലും കറൻസിയായാലും ഇന്ത്യൻ പീനൽകോഡിലും റിസർവ്വ് ബാങ്കിലും ഒരേ വെലയാ.

ഇവന്റെയൊക്കെ ജാനകി കെ.പി. നാല്പത്തഞ്ചു വയസ്സ്. ചാവാൻ വിടുകയാ വേണ്ടത്.

അബ്ദുറഹിമാൻ ചെറുചിരിയോടെ പറഞ്ഞു: ചത്താൽ നമുക്ക് പോയി. അവർക്കെന്ത്?

രണ്ടായിരം ഉറുപ്പിക പോയാ നമ്മൾ ബുക്ക് ചെയ്ത പുതിയ കാറിന്റെ സ്പെഷ്യൽ ഗഡുവിനെ ബാധിക്കും. പ്രീ പെയ്മെന്റ് സ്കീമിന് ഞാനെടുത്ത റിസ്ക്ക് നീയാലോചിക്കണം.

ഹോ, റിസ്ക്ക്! ഞാനീയിടേം നിങ്ങടെ സർക്കാരാശുപത്രീന്റെ മുന്നിലൂടെ കാറോടിച്ചുപോയല്ലോ. മൊത്തെ എൺപതുപേരെങ്കിലുമുണ്ടാകും ക്യൂവില്. ഒരാൾക്ക് രണ്ടായിരം വെച്ച് കൂട്ടിയാൽ പണമെത്രയായി?

എടി, മണ്ടീ, എല്ലാവരേം നമുക്കോപ്പറേഷൻ ചെയ്യാൻ പറ്റ്വോ?

നിങ്ങളെന്തിന് മടിക്കണം.

പറയാനെളുപ്പമാണ്. നീ കണ്ട ക്യൂവിൽ മെഡിക്കൽ റെപ്പുമാരും സർട്ടിഫിക്കറ്റ് അറ്റസ്റ്റ് ചെയ്യിക്കാൻ വന്ന പണിയില്ലാത്ത തെണ്ടികളും ഒക്കെയുണ്ട്. അവരോടൊക്കെത്തന്നെ പിടുങ്ങാൻ ഞാൻ പെടുന്ന പാട് എനിക്കേ അറിയൂ. ഈയിടെ അമീർ എന്നൊരു ചെക്കൻ വന്നു. പൂച്ചക്കണ്ണൻ, ഇലക്ട്രിസിറ്റി വകുപ്പിൽ മാസ്ദൂറ് പണിക്കപേക്ഷിക്കണം. ആരോഗ്യ സർട്ടിഫിക്കറ്റ് കൊടുക്കണം. നല്ല ആരോഗ്യമെന്ന് ഏതു കണ്ണുംപൊട്ടനുമറിയാം. അത് എന്നെക്കാൾ അവനുമറിയാം. പിന്നെ ഒരു ചടങ്ങ്. പക്ഷേ, ഇരുന്നൂറുറുപ്പിക തന്നാലേ സർട്ടിഫിക്കറ്റ് തരൂന്ന് ഞാൻ പറഞ്ഞു. അവന്റെ ഇന്റർവ്യൂ പിറ്റേന്നാ. പണിയൊന്നുമില്ലാത്ത പാവാണ് എന്നൊക്കെ ഒരേ കെഞ്ചല്. ഞാൻ വിടുമോ? ഒടുവിൽ ഇരുന്നൂറുരൂപയുംതന്ന് ദഹിപ്പിക്കുന്ന ഒരു നോട്ടവും നോക്കി ഒറ്റപ്പോക്കാ.

വളരെ നിഷ്ക്കളങ്കമായി അബ്ദുറഹിമാൻ ഡോക്ടറുടെ ഭാര്യ ചോദിച്ചു.

നിങ്ങളെന്തൊരു മനിശനാ. അവനിട്ട് ഒരു ഓപ്പറേഷൻ എങ്ങനെ യെങ്കിലും ഫിക്സ് ചെയ്യരുതോ?

അബ്ദുറഹിമാൻ തന്റെ എല്ലിച്ച ദേഹത്തിനുമുകളിൽ ദൈവം നേരിട്ടു ഫിറ്റ് ചെയ്ത തലയ്ക്കകത്തെ കോങ്കണ്ണെടുത്ത് നേരെയാക്കി എന്നിട്ട് ഭാര്യേ, നീയെത്ര ബുദ്ധിമതി എന്ന അർത്ഥത്തിൽ ആശ്ചര്യ പൂർവ്വം നോക്കി.

അതും ഒരു സാധ്യതയാണ്. പക്ഷേ, കരാറിങ്ങനെയാവണം. മസ്ദൂ റായാലും കൊള്ളാം പ്യൂണായാലും കൊള്ളാം, ഇന്റർവ്യൂ കഴിഞ്ഞ ഉടൻ ഇവിടെ വന്ന് ഒരു ഓപ്പറേഷന് വിധേയമാവണം.

അങ്ങനെ നേരാംവണ്ണം ചിന്തിക്കാൻ ശീലിക്ക് മനിശാ.

പിന്നെ ദുഃഖത്തിൽ കനത്ത് ഓർമകളിൽ മങ്ങി അബ്ദുറഹിമാൻ ഡോക്ടറുടെ ഭാര്യ പറഞ്ഞു.

എന്റെ മോൾക്ക് പറ്റിയ ഒരബദ്ധം ആർക്കും ഉണ്ടാവരുത്.

നമ്മുടെ മോൾക്ക് എന്തു പറ്റീന്നാ?

ഇനിയെന്തു പറ്റാൻ! അവനും ഒരു ഡോക്ടറല്ലേ? ഇക്കണ്ട കാല മായിട്ടും ഒരു ഉണക്ക സ്കൂട്ടറിലല്ലേ വരവും പോക്കും. അന്നേ ഞാൻ പറഞ്ഞതാ നമുക്കാ ബന്ധം വേണ്ടാന്ന്. കൈക്കൂലി അവന് അറപ്പാ ണത്രേ. പാവം എന്റെ മോൾടെ വിധി.

ഒരു നെടുവീർപ്പിൽ മുങ്ങിത്താണ് അബ്ദുറഹിമാൻ ഡോക്ടർ പറഞ്ഞു:

നീ സമാധാനിക്ക്. പുതിയ കാറ് വന്നാ നമുക്കിതവനു കൊടുക്കാം.

എനിക്കുതോന്നുന്നില്ല അവനിത് വാങ്ങുമെന്ന്.

നമ്മള് കാറ് മോൾക്കല്ലേ കൊടുക്കുന്നത്?

എനിക്കു കിട്ടിയ ഭാര്യതന്നെ ഒരു കൈക്കൂലിയാന്നാ അവൻ പറേ ന്നത്.

മാതൃഭൂമി വാരാന്തപ്പതിപ്പ് 2002

ഓട്ടോറിക്ഷ

നോക്കൂ, ഈ ആളുകൾ വിചാരിക്കുന്നതുപോലെ ഞാനത്ര ഉപകാരിയൊന്നുമല്ല. നിവൃത്തിയില്ലാത്ത ഘട്ടത്തിൽ ഉപകാരം ചെയ്യേണ്ടിവന്നാൽ നമുക്കെന്തു ചെയ്യാൻ പറ്റും? പിന്നെ, ഇതു കാരണമുണ്ടാവാൻ പോകുന്ന ഉപദ്രവത്തിനും അഴിച്ചുവിടുന്ന കള്ളക്കഥകൾക്കും ദയനീയമായ നിലയിൽ പാത്രീഭൂതനാവുകയല്ലാതെ വേറെ എന്തു ഗതി! വല്ല ഉപകാരങ്ങളും കിട്ടിയാൽ മരിക്കുംവരെ നന്ദിസ്മരണ വേണം എന്നാണ് അച്ഛൻ പഠിപ്പിച്ചിട്ടുള്ളത്. അച്ഛനിത് എന്തോന്ന് തിരിഞ്ഞിട്ടാണ് പറഞ്ഞിരിക്കുന്നത്? ആ ഉപദേശം കേട്ടതിന് രണ്ടു മൂന്ന് കേസിൽ ഞാൻ ശരിക്കും പെട്ടു. ഉപകാരസ്മരണയ്ക്കുമുണ്ട് നൂലാമാല. തിരിഞ്ഞ് നമ്മൾ ഉപകാരം ചെയ്യുന്നതോടെയാണ് പ്രശ്നമാരംഭിക്കുക. ഉപകാരമൊക്കെ വാങ്ങിവെക്കുക. ആർക്കും ഉപകാരം ചെയ്യാതിരിക്കുക. ഇതാണെന്റെ ഇപ്പോഴത്തെ പോളിസി. അതുകൊണ്ടിത്തിരി സമാധാനമുണ്ടെന്ന് കൂട്ടിക്കോളൂ.

സഹായിച്ചവരെക്കൊണ്ട് രണ്ടുതവണ നാടുവിട്ടവനാണ് ഞാൻ. ഒടുവിൽ ഒരു ഗുരുജിയോട് (കള്ളസാമിയല്ല) ഞാൻ ഇതിന്റെ കാരണം ചോദിച്ചു. 'സഹായിച്ചവരെന്തിനാണ് ഗുരുജീ കണക്കില്ലാതെ ഇങ്ങനെ പിന്തുടർന്ന് ഉപദ്രവിക്കുന്നത്?'

ഗുരുജിക്ക് യാതൊരു സംശയവുമുണ്ടായിരുന്നില്ല. അദ്ദേഹം പറഞ്ഞു, 'എന്തെങ്കിലും നിസ്സഹായതയിൽപ്പെട്ടാണല്ലോ ഒരാളൊരു ഉപകാരത്തിന് നമ്മുടെ അടുത്തു വരിക. നമ്മളാൽ സഹായിക്കപ്പെട്ട് കര കയറി മുകളിലെത്തിയെന്ന് തോന്നുന്നതോടെ കുണ്ഡലിനി പ്രവശ്യത്തിൽ ഒരുതരം അർശസ് ബാധ ചിന്തേരിടും. ഉപകാരം ചെയ്യുന്നവനെ കാണുമ്പൊഴൊക്കെ ബഹുമാനിക്കണം. ഇവന് എന്റെ പഴയ കാലം അറിയാവുന്നതുകൊണ്ട് വല്ലാതെ ഞെളിയാനാവില്ല. ഈ നാറി കാരണം ജീവിക്കാൻ വയ്യ. ഇങ്ങനെ ചിന്തകൾ ഉള്ളിൽനിന്ന് നിശ്ശബ്ദം നെഞ്ചത്തടിക്കും. പഹയൻ വല്ല വണ്ടിയുമിടിച്ച് ചത്തുപോയെങ്കിൽ എന്ന് സ്വപ്നം കാണും. വഴിപാട് നേരും. നടക്കുന്നില്ലെന്നു കണ്ടാൽ

ഉപകരിച്ചവന് നിരന്തരം പാര പണിയും. അണ്ഡകലാശം താമസി യാതെ ഉണ്ടാവും എന്നു വിചാരിച്ചുകൊണ്ട് ഓരോ ദിവസവും രാത്രി ഒരു നീണ്ട നെടുവീർപ്പിട്ട് കിടന്നുറങ്ങും.'

'അപ്പോൾ ഗുരുജീ, ഉപകാരം ചെയ്യാതെ കയ്ച്ചലായാൽ പോരേ?'

'ഉപകാരപ്രവണത ഒരുതരം ജനിതകരോഗമാണ് കുഞ്ഞേ. വേണ്ടെ ന്നുവെച്ചാലും ചെയ്തുപോകുന്ന എത്രയോ ദുശ്ശീലങ്ങളില്ലേ നമുക്ക്?'

അപ്പോൾ എന്തുചെയ്യണമെന്നാണ് പറഞ്ഞുവരുന്നത്.

'ഉപകാരം ചെയ്താൽപിന്നെ ഉപകാരപ്പെട്ടവനെ കണ്ടാൽ ഓടി ക്കളയുക. ഒരേയൊരു മാർഗം അതാണ്. വലിയ ഉപകാരമാണെങ്കിൽ പിന്നെ ഒന്നും നോക്കേണ്ട. പറ്റുമെങ്കിൽ കിട്ടുന്ന വിലയ്ക്ക് വീടും പറമ്പുമൊക്കെ വിറ്റ് താമസം ഒരു നൂറുകിലോമീറ്റർ അപ്പുറത്തേക്ക് മാറ്റിക്കളയുക. നന്ദിപ്രകടനത്തിന് ഒരു കാരണവശാലും നിന്നുകൊ ടുക്കാതിരിക്കുക.'

എനിക്ക് ഇതിന് വയ്യാത്തതുകൊണ്ട് ഞാൻ ഉപകാരത്തിൽനിന്ന് മാറിനടന്നു. അയ്യോ ഉപകാരം ചെയ്യാമായിരുന്നു എന്നോർത്ത് ചില പ്പോൾ ചങ്കുപൊട്ടുന്ന കരച്ചിൽ വരും. ഞാൻ മാറിക്കളയും.

പക്ഷേ, വരാനുള്ളത് വഴിയിൽ തങ്ങില്ല. ചിലപ്പോൾ അത് ഭൂമി യിൽവെച്ചുപോലുമാവണമെന്നില്ല. ആകാശത്തുവെച്ചുമാവാം. അത്ത രമൊരു സംഭവത്തെക്കുറിച്ചാണ് ഈ കഥ.

വെയിലത്ത് ചിക്കാനിട്ട പഞ്ഞിമേഘങ്ങൾക്കു മുകളിലൂടെ ഒരു ഗൾഫ് വിമാനം പറക്കുന്നു. ഞാനതിലിരിക്കുന്നു. നിർഭാഗ്യവശാൽ (ചെറിയ ചെറിയ നിർഭാഗ്യങ്ങൾ ജീവിതത്തിൽ വരുന്നത് നല്ലതാണ്. വലിയ കഷ്ടതകൾ ഒഴിവായിപ്പോകും: അച്ഛൻ)വിമാനത്തിൽ ഞാൻ ഒരു വരിയിലെ മൂന്ന് സീറ്റിന് നടുവിലാണ്. അവിടെയാണ് എനിക്ക് ടിക്കറ്റ്. സാധാരണ ഞാൻ ഇക്കോണമിയിൽ യാത്ര ചെയ്യാറില്ല. ഉപ കാരം ചെയ്യേണ്ടിവരും എന്നത് ഒരു കാരണം. എന്തോ, ഇന്റർനാഷ ണൽ ഫെസ്റ്റിവലായിരുന്നതിനാൽ നല്ല തിരക്ക്. അവസാനനിമിഷ മുള്ള ഓട്ടം. ബിസിനസ്സ് ക്ലാസിൽ ടിക്കറ്റില്ല. അങ്ങനെ പറ്റിയതാണ്. ഗൾഫ് വിമാനം മേഘങ്ങളുടെ പഞ്ഞിക്കെട്ടിനും മുകളിലാണെന്ന് പറ ഞ്ഞല്ലോ.

ഇടതുഭാഗത്തിരിക്കുന്ന ചെറുപ്പക്കാരൻ ഇതിനകം എന്റെ ശ്രദ്ധ ആകർഷിച്ചുകഴിഞ്ഞിരുന്നു. വിമാനത്തിനകത്ത് അവധിക്കാലത്തിന്റെ കെട്ടുപൊട്ടിച്ച ആശ്വാസം അമർത്തിപ്പടരുന്ന വിയർപ്പുഗന്ധം. അതു വരെ അവർ സഹിച്ച മനോവേദനകൾ ശവപ്പെട്ടിയിലാക്കിയാണ് മട ക്കം. വിശന്നുകരഞ്ഞു തളർന്ന ഒരു കുഞ്ഞ് ജോലി കഴിഞ്ഞെത്തിയ

അമ്മയുടെ നെഞ്ചോടു ചേർന്നുകിടക്കുന്ന മുഖമായിരുന്നു അവർക്ക്. അവരിലൊരാൾ തന്നെയാണ് ഇടതുഭാഗത്തിരിക്കുന്നവനും എന്നെനിക്കു ആദ്യം മനസ്സിലായതേയില്ല.

എയർപോർട്ടിൽനിന്ന് ഫ്ളൈറ്റ് കയറി സീറ്റ് നമ്പർ കണ്ടുപിടിച്ച് എന്റെ ഇടത്തെ സീറ്റിലിരിക്കവെ അയാൾ പറഞ്ഞു:

'അസ്സലാമു അലൈക്കും.'

എനിക്ക് തിരിച്ചഭിവാദ്യം അറിയാഞ്ഞിട്ടല്ല. അതൊന്നും കേൾക്കാൻ കാത്തുനിൽക്കാതെ അയാൾ ഭാരിച്ച പെട്ടി കാരിയറിൽ കയറ്റിവെച്ച് സീറ്റിൽ വന്നിരുന്നു.

ഇരുണ്ട രൂപം. നല്ല ഉറച്ച ദേഹം. ഒരു ഖനിത്തൊഴിലാളിയുടെ മുഖമായിരുന്നു അയാൾക്ക്. പക്ഷെ വേഷം വളരെ ആധുനികവും കൈയിൽ ഏറ്റവും മുന്തിയ മൊബൈൽഫോണും.

ഇക്കോണമിയിൽ യാത്ര ചെയ്യുമ്പോൾ സൂക്ഷിക്കണം. ഉപകാരങ്ങൾ ചെയ്യേണ്ടിവരും എന്നതിനാൽ പെരുമാറ്റത്തിൽ ഒരകലം പാലിക്കാൻ ഞാൻ പ്രത്യേകം ശ്രദ്ധിച്ചു.

കോക്പിറ്റിൽനിന്ന് അനൗൺസ്മെന്റുകൾ വന്നുതുടങ്ങി. വിമാനം ആകാശത്തെത്തി. ഹെയർ ഇന്ത്യാ വിമാനത്തിലെ പൂർവസുന്ദരികളായ എയർഹോസ്റ്റസുകൾ യാത്രക്കാർക്കിടയിലിറങ്ങി.

ഇടതുവശത്തിരിക്കുന്ന ചെറുപ്പക്കാരനടുത്തേക്ക് ഒരു ചില്ലുപാത്രത്തിൽ വെള്ളവുമായെത്തി അങ്ങേയറ്റത്തെ ഉപചാരത്തോടെ ചോദിച്ചു:

'യു വാണ്ട് വാട്ടർ സാർ?'

വിമാനത്തിലെ ഒരു പൂർവസുന്ദരിയുടെ ഉപചാരത്തെ പുല്ലുവില പോലെയാക്കി ഒരു ഭാവഭേദവുമില്ലാതെ, ഒരക്ഷരം പറയാതെയുള്ള നിൽപ്പ് എന്നിൽ അല്പം അലോസരമുണ്ടാക്കി. മര്യാദയില്ലാത്തവൻ. പക്ഷെ, അത്തരം നിസ്സംഗഭാവങ്ങൾ കണ്ടുകണ്ടാവണം അതൊക്കെ ശീലത്തിന്റെയും ജോലിയുടെയും ഭാഗമായിക്കഴിഞ്ഞിരിക്കണം അവർക്ക്.

ഹ്യന്തൊരു ധാർഷ്ട്യഭാവം എന്ന് വിചാരിച്ചിരിക്കേ, ആ കുലീന പൂർവസുന്ദരി, കണ്ടാൽതന്നെ അറിയാം അവർ ഉത്തരേന്ത്യൻ സ്ത്രീ, യാത്രക്കാർക്കൊക്കെ ഒരു ഫോറം വിതരണം ചെയ്യാൻ തുടങ്ങി.

വിമാനം എയർപോർട്ടിലെത്തുമ്പോൾ അത് പൂരിപ്പിച്ച് എമിഗ്രേഷൻ കൗണ്ടറിൽ ഏൽപ്പിക്കണം.

നാല്പതു കഴിഞ്ഞ ആ സ്ത്രീ അപ്പോഴും കുലീനമായി ആ ചെറുപ്പക്കാരനോട് പെരുമാറി. ആ ഫോറം എബോള എന്ന രോഗത്തെ

പ്രതിരോധിക്കാനായി ആഫ്രിക്കയടക്കമുള്ള മൂന്നാംലോകരാജ്യങ്ങളിൽ നിങ്ങൾ യാത്ര ചെയ്തിട്ടുണ്ടോ എന്നു പരിശോധിക്കാനുള്ള ഒരു സർക്കാർ ഏർപ്പാടിന്റെ തികച്ചും ഔദ്യോഗികപരമായ കടലാസായിരുന്നു.

എബോളയെക്കുറിച്ചുള്ള ഞെട്ടിപ്പിക്കുന്ന അറിവുകൊണ്ടാവണം യാത്രക്കാരെല്ലാം അപ്പോൾതന്നെ സീറ്റിലെ ബാക്ക് റോബ് തുറന്നുവെച്ച് ഫോറം പൂരിപ്പിക്കാൻ തുടങ്ങി.

പേനയെടുത്ത് ചെറുപ്പക്കാരൻ ഫോറത്തിന് മുന്നിലിരുന്നു. നെടുവീർപ്പിടുന്നത് ഞാൻ അറിയുന്നുണ്ടായിരുന്നു. ഒടുവിൽ പരാജയം സമ്മതിച്ച് പൊട്ടിക്കരച്ചിൽ ചിരിപോലെയാക്കി എന്റെ നേരെ തിരിഞ്ഞ് അയാൾ ചോദിച്ചു.

'ഇതൊന്നു പൂരിപ്പിച്ചുതരാമോ?'

പെട്ടെന്ന് അതിനായി ഓങ്ങിയെങ്കിലും ഇത് ഒരു ഉപകാരമായി ത്തീരുമല്ലോ എന്നോർത്ത് വേണ്ടെന്നുവെച്ചു.

ഞാൻ പറഞ്ഞു: 'നിങ്ങൾതന്നെ എഴുതിക്കോളൂ. ഞാൻ പറഞ്ഞു തരാം.'

അതാവുമ്പോൾ ഇത്തിരി ഉപകാരം കുറയുമല്ലോ.

ഞാൻ പറഞ്ഞുകൊടുക്കുതന്നതിനനുസരിച്ച് അയാൾ പകർത്തിക്കൊണ്ടിരുന്നു. പേരും ഐഡന്റിറ്റിയും തെറ്റാതിരിക്കാൻ പാസ്പോർട്ടിൽ നോക്കിയെഴുതാൻ പറഞ്ഞത് അയാൾ പെട്ടെന്ന് അനുസരിച്ചു.

അജ്ഞതയും ഭയവും കൊണ്ടാണ് അയാളുടെ ബലം പിടുത്തമെന്ന് ഏറെതാമസിയാതെ എനിക്ക് മനസ്സിലായി.

പാവം തോന്നിയെങ്കിലും ഉപകാരവുമായി എന്റെ തോന്നലിന് വല്ല ബന്ധവും വന്നുകളയുമോ എന്നോർത്ത് പിൻവലിഞ്ഞു.

ഞാൻ പറഞ്ഞുകൊടുത്തതാണെങ്കിലും മിന്നൽവേഗത്തിൽ അയാൾ എബോള വൈറസ് ഫോറം പൂരിപ്പിച്ചു.

എന്നിട്ട് വലിയൊരാശ്വാസത്തിൽ എന്നെ നന്ദിപൂർവ്വം നോക്കാൻ തുടങ്ങി. എനിക്ക് പേടിതോന്നി.

സംഭവം നന്ദിയാണ്. സൂക്ഷിക്കണം.

'സാറ് എത്രയായി ഗൾഫിൽ?'

മറുപടി പറയാതിരിക്കുന്നതെങ്ങനെ?

'കഴിഞ്ഞ ആഴ്ച പോയതാണ്.'

'ജോലി ശരിയായില്ലേ?'

'ഞാനൊരു മീറ്റിംഗിന് പോയതാണ്.'

'എന്തു മീറ്റിംഗ് സാർ?'

വ്യക്തിത്വവികസന കോഴ്സിന് ക്ലാസെടുക്കാൻ പോയതാണ്. പേഴ്സണാലിറ്റി ഡവലപ്മെന്റ് കോഴ്സ്.'

'അതെന്താണ് സാർ?'

'അത് നമ്മുടെയൊക്കെ വ്യക്തിത്വത്തിന് ഒരുപാട് തകരാറുകളുണ്ട്. അത് റിപ്പയർ ചെയ്യാനുള്ള പരിശീലനം. ഉദാഹരണത്തിന് എതിരെ ഒരാൾ വരുന്നു. നമുക്ക് അയാളെ പരിചയമില്ല. എങ്കിലും നമ്മൾ മന്ദഹസിക്കണം. മന്ദഹസിക്കുന്നത് ഓരോ വിധത്തിലായിരിക്കണം. ഒരിന്റർവ്യൂവിന് അറ്റൻഡ് ചെയ്യുമ്പോൾ, ക്ലൈന്റിനെ പോയി കാണുമ്പോൾ, പുതുതായി ഒരാളെ കാണുമ്പോൾ ഒക്കെ മന്ദഹാസത്തിന് വ്യത്യാസം വരുത്തണം. നമുക്ക് ഈ പുള്ളിയെക്കൊണ്ട് രണ്ട് ഉലുവാ തടയുമോ അതിനനുസരിച്ചുള്ള ഫേഷ്യൽ എക്സ്പ്രഷൻ തുടങ്ങിയവയിൽ മാറ്റം വരണം. സ്നേഹം ഒരഭിനയവും ജീവിതം പെർഫോമിംഗ് ആർട്ടുമാണെന്ന് ഇനിയും തിരിഞ്ഞിട്ടില്ലാത്ത കഴുതകളുണ്ട് ഇപ്പോഴും.'

അപ്പോഴേക്കും എയർഹോസ്റ്റസ് പൂർവസുന്ദരി എത്തിയപ്പോൾ ഞാൻ ചോദിച്ചു.

'കാൻ ഐ ഗെറ്റ് സം വാട്ടർ?'

'ഷുവർ.'

അവർ പ്രായത്തെ ശബ്ദംകൊണ്ട് കുറച്ച് കിളിനാദമാക്കി.

ചെറുപ്പക്കാരൻ എന്നെ നോക്കി.

'വെള്ളം വേണോ?'

അയാൾ തലയാട്ടി.

'മാഡം, ഹീ നീഡ് വാട്ടർ.'

സാർ എന്നു മൂളി അയാളെ നോക്കി വെള്ളമൊഴിച്ചുകൊടുത്തു പൂർവസുന്ദരി.

നെയിൽപോളിഷ് കണ്ടപ്പോൾ ഓർത്തു:

എത്രയോ വർഷമായി മേക്കപ്പിലും ചുമപ്പൻ ലിപ്സ്റ്റിക്കിലും മുങ്ങിപ്പോയ അവരുടെ ജീവിതം.

'സാർ നാട്ടിൽ എവിടെയാണ്?'

പഹയൻ വിടാൻ ഭാവമില്ല.

'കണ്ണൂരിലാണ്.'

'കണ്ണൂരിലെവിടെ?'

'ഉൾഗ്രാമത്തിലായിരുന്നു. ഇപ്പോൾ പയ്യാമ്പലത്ത് വീട്.'

'ഓ, എനിക്കറിയാം. എന്റെ നാട് നിലമ്പൂരാണ്. ഒരിക്കൽ ഞാൻ വണ്ടിയോടിച്ച് വന്നിട്ടുണ്ട്. ശ്മശാനമൊക്കെയുള്ള സ്ഥലമല്ലേ. സാറെ

ന്തിനാണ് അവിടെ വീടുവെച്ചത്?'

'മനഃപൂർവ്വമാണ്. അവിടെ അടുത്താണ് ശ്മശാനം. മരിച്ചാൽ പെട്ടെന്ന് എത്താം.' (ഞാൻ വളരെ കാൽക്കുലേറ്റീവ് ആണ്. ഇവനെന്തുകരുതി എന്നെക്കുറിച്ച്)

അപ്പോഴേക്കും മിനിസ്ക്രീനിൽ സിനിമ പ്രത്യക്ഷപ്പെട്ടുതുടങ്ങി. നിർഭാഗ്യവശാൽ എന്റെ സ്ക്രീനിൽ ആകപ്പാടെയൊരു കലക്കം മാത്രം.

പേഴ്സണാലിറ്റി ഡവലെപ്പ്മെന്റിന്റെ പുതുതായി വന്ന ചില ഡെവലെപ്പ്മെന്റുകളെക്കുറിച്ചുള്ള ഒരു പുസ്തകമുള്ളത് ബാഗിലിട്ട് കാരിയറിൽവെച്ച് പൂട്ടിപ്പോയി. ഇല്ലെങ്കിൽ നോട്ട് എടുക്കാമായിരുന്നു.

സമയം വെറുതെ പോകുന്നു. നടുസീറ്റിൽ പെട്ടുംപോയി.

ഈ സാധുമനുഷ്യൻ എന്നെ തനിയെ വിടാൻ ഭാവമില്ല. സിനിമ കലങ്ങിപ്പോയ സ്ഥിതിക്ക് എന്തുകൊണ്ട് ഇയാളുടെ കഥ ചോദിച്ചു മനസ്സിലാക്കിക്കൂടാ? അത്രയും സമയം പ്രയോജനപ്പെടുത്താമല്ലോ.

'എത്രകാലമായി ഗൾഫിൽ?'

ചോദിച്ചതും ആ സാധുവിന് പുതുജീവൻ വെച്ചു.

'മൂന്നുവർഷം സാർ. ഇനി തിരിച്ചുപോകുന്നില്ല.'

'അതെന്തുപറ്റി?'

അയാൾ കഥ പറയാൻ തുടങ്ങി.

ഞാൻ രസത്തോടെ കഥ കേൾക്കാനിരുന്നു.

കഥയിൽ ആറേഴു കഥാപാത്രങ്ങളുണ്ട്. ഒന്ന് മധ്യവയസ്കയായ അറബിച്ചി മുതലാളി. രണ്ട് നാട്ടിലെ ഉപ്പ. ഇയാൾ ഗൾഫിൽ വീട്ടുജോലിക്ക് വന്ന് തിരിച്ചുപോകുമ്പോൾ മകന് ഏർപ്പാടാക്കിയതാണ് വിസ. പിന്നെ ഭാര്യ, പാവം. അവളൊരു മിണ്ടാപ്രാണി. എല്ലാം സഹിക്കും. ഗർഭിണിയായിരിക്കെ അവളെ പിരിഞ്ഞ് ഗൾഫിലേക്ക് പറക്കേണ്ടിവന്നു. പിന്നെയുള്ളത് ഡൈസ്ക്യാരക്ടേഴ്സ് ആണ്. അറബിയുടെ രണ്ടു പെൺമക്കൾ, അറബിച്ചിയെ മൊഴിചൊല്ലാതെതന്നെ വേറെ പെണ്ണുകെട്ടിയ എക്സ് ഗൃഹനാഥൻ.

'എന്താണ് പേരു പറഞ്ഞത്?'

'കബീർ.'

(അല്ലെങ്കിലും മാപ്ലാർക്ക് ബീറടി അൽപം കൂടുതലാണ്. തീവ്രവാദപ്രവർത്തനവും) ഈയിടെ വ്യക്തിത്വക്ലാസിൽ ഇത് വലിയ ചർച്ചയ്ക്ക് വകയുണ്ടാക്കി.

ഒരു മാപ്ല പറയുകയാണ്, 'ഇവിടെ സർവ്വത്ര അവഗണനയാണ്. ബാറിൽപ്പോലും അതുണ്ട്. ഹിന്ദുക്കൾക്ക് കല്യാണി ബിയറുണ്ട്.

ക്രിസ്ത്യാനികൾക്ക് ക്രിസ്ത്യൻബ്രദേഴ്സ്, മാപ്ലാർക്കെന്തുണ്ട്?'

എനിക്ക് കലികയറി.

അടങ്ങിയിരുന്നില്ലെങ്കിൽ ഞാൻ പൊലീസിനെ വിളിക്കും. ജിന്ന് എന്ന മദ്യശാഖ മുഴുവൻ മുസ്ലിംകൾ കൈയടക്കിവെച്ചിട്ടാണ് ഈ സംസാരം.

'അതൊക്കെ പോട്ടെ, കഥ പറ, കഥ പറ. ആ അറബിച്ചി വെളു ത്തിട്ടോ കറുത്തിട്ടോ?'

'നല്ല ഗോൾഡൻ കളർ. ദേ ആ പെമ്പിള്ളയെപ്പോലിരിക്കും.'

എയർ ഹോസ്റ്റസിനെ ചൂണ്ടി കബീർ വിശദീകരിച്ചു.

അറബിച്ചിയെ പറഞ്ഞപ്പോഴേ ആ സാധുമനുഷ്യനിൽ ഒരു മുറി വേറ്റ സിംഹമുണർന്നു. 'കാണാൻ സുന്ദരിയാണോ?'

'എനിക്ക് അറപ്പാണ് സാർ.'

'ഉപദ്രവിക്കുമോ?'

'ഉപദ്രവിക്കുമെന്നോ! സഹിച്ചുസഹിച്ച്, ഞാൻ മടുത്തു.'

(ഓരോരുത്തരുടെ ഭാഗ്യം!)

'എത്ര തവണ ഒരുദിവസം ഉപദ്രവിക്കാറുണ്ട്?'

'അതിന് കണക്കൊന്നുമില്ല സാർ. അവർക്ക് തോന്നണം. അപ്പ ഴൊക്കെ ഉപദ്രവിക്കും.'

എന്റെ രോമകൂപങ്ങളിൽ കുഞ്ഞുകുഞ്ഞ് കാറ്റുകൾ ആടിയുലഞ്ഞു.

ഇവിടെ പേഴ്സണാലിറ്റി ഡവലപ്മെന്റൊന്നൊക്കെ പറഞ്ഞ് ഒരുത്തനിതാ വയസ്സാവുന്നു.

'ആട്ടെ, കബീറിന് ഒരുദിവസം എത്രതവണ ഉപദ്രവം സഹിക്കാ നുള്ള ശേഷിയുണ്ട്?'

'മനസ്സിലായില്ല സാർ.'

'കള്ളൻ! മൂന്ന് ഓർ നാല്?'

അവിടെ ഭാര്യാഭർതൃബന്ധം ഒരു പ്രത്യേകരീതിയിലാണ്. ഭീമമായ സ്ത്രീധനം ഭാര്യവീട്ടുകാർക്ക് അങ്ങോട്ട് കൊടുത്തിട്ടാണ് കല്യാണം. അതുകഴിഞ്ഞ് പിറ്റേന്നുമുതൽ ഭാര്യ ഭർത്താവിന്റെ സമ്പാദ്യമൊക്കെ ധൂർത്തടിച്ചുതുടങ്ങും.'

'അതെന്തിന് കബീർ?'

'ഭർത്താവ് സാമ്പത്തികമായി പാപ്പരായില്ലെങ്കിൽ പോയി വേറെ പെണ്ണുകെട്ടും. പക്ഷേ, എന്റെ അറബിച്ചിയെ കബളിപ്പിച്ച് കുറെ പണം സമ്പാദ്യമായിവെച്ചിട്ട് ആണൊരുത്തൻ പോയി ഒരൊറ്റ പെണ്ണുകെട്ട്.'

'അതിന്റെ ഫ്രസ്റ്റേഷനാവും ആ പെൺപെറന്നോത്തിക്ക്.'

'ങ്ഹേ?'

'ആട്ടെ ആ അറബിച്ചി ഏതൊക്കെ പോസിലാണ് ഉപദ്രവിക്കാറ്?'

'ഒന്നാമത് നേരമെന്നോ കാലമെന്നോ ഇല്ല. ചെലപ്പം പുലർച്ചയ്ക്ക് വിളിച്ചെഴുന്നേൽപ്പിച്ചാവും. ചെലപ്പം അർദ്ധരാത്രി കഴിഞ്ഞ്. ഉപദ്രവിച്ച് രസിക്കുന്നതിലാ പ്രത്യേക വിരുത്.'

ഹാവൂ ഒരുത്തനിവിടെ മസ്സോക്കിസ്റ്റായിക്കിടന്ന് ആരെയോ കാത്ത് വൃദ്ധനാവുന്നു.

കബീറുമായുള്ള വർത്തമാനത്തിനിടയിൽ ആ ഉത്തരേന്ത്യൻ എയർഹോസ്റ്റസ് ഡ്രിങ്ക്സുമായി വന്നു. ജ്യൂസ്, പെപ്സി, ബിയർ, മറ്റു മദ്യങ്ങൾ.

അതോടെ കബീർ ആകെ അസ്വസ്ഥനായി. അയാൾ മടിച്ചുമടിച്ചു ചോദിച്ചു: 'സാറ് കഴിക്കുമോ?'

എനിക്ക് അയാളുടെ എരിപൊരി സഞ്ചാരം പിടികിട്ടി.

'ഞാൻ വൈറ്റ് വൈനാണ് പറയുന്നത്. കബീർ ആവശ്യത്തിന് പറഞ്ഞോളൂ.'

പുതിയൊരു ജന്മം കിട്ടിയതുപോലെ അയാൾ എയർഹോസ്റ്റസിന്റെ മുഖത്തുനോക്കി പ്രണയാഭ്യർത്ഥനപോലെ പറഞ്ഞു.

'വിസ്കി, വിസ്കി.'

അവർ വിസ്കി പകർന്ന് കബീറിനു നൽകി. എനിക്ക് വൈറ്റ് വൈനും.

വിസ്കി നിറച്ച പാത്രം- അതു കിട്ടിയതും ഒരൊറ്റ കമിഴ്ത്ത്.

ചെറിയൊരു ഏമ്പക്കം വിട്ട് പറഞ്ഞു: 'ഹാവൂ മൂന്നുവർഷമായി. അവിടെ കിട്ടില്ലല്ലോ. പോകുമ്പോ സർവ് ചെയ്യില്ല.'

'നല്ല വാറ്റ് കിട്ടുമെന്ന് കേട്ടിട്ടുണ്ട്.'

'പക്ഷേ, ആ അറബിച്ചി എന്നെയൊന്ന് തിരിയാനും മറിയാനും സമ്മതിച്ചിട്ടുവേണ്ടേ?'

സ്നേഹത്തിന്റെയും പ്രണയത്തിന്റെയും സുഖം ഒരല്പം ഭാരത്തിലുമാണ് കബീർ. അതറിയാൻ സെൻസ് വേണം- സെൻസിബിലിറ്റി വേണം.

ഞാൻ മനസ്സിൽ പറഞ്ഞു.

കബീർ മടിച്ചുമടിച്ച് പറഞ്ഞു: 'സാർ എനിക്ക് ഒരു പെഗ്ഗ് കൂടി വേണമായിരുന്നു.'

എയർഹോസ്റ്റസിനെ ഞാൻ കൈയാംഗ്യം കാട്ടി വരാൻ റിക്വസ്റ്റ് ചെയ്യാനൊരുങ്ങുമ്പോഴേക്കും എനിക്കു മനസ്സിലായി.

വേണ്ട, വേണ്ട, അതൊരുപകാരമാവും. ഉപകാരം ചെയ്തു ബുദ്ധി മുട്ടാൻ എന്നെ കിട്ടില്ല.

ഭാഗ്യം. എയർഹോസ്റ്റസ് അതുവഴി പോയതുകൊണ്ട് കാര്യങ്ങളെല്ലാം എളുപ്പത്തിലായി. രണ്ടാമതും പെഗ്ഗൊഴിച്ചുകൊടുക്കുമ്പോൾ അവരത്ര വലിയ മന്ദസ്മിതമൊന്നും കാഴ്ചവെച്ചില്ല കേട്ടോ.

ഞാനും ഒരു വൈറ്റ് വൈനിനു പറഞ്ഞു.

വിസ്കിക്കുമേൽ സോഡ ഒഴിച്ചതിന്റെ പതയൊഴിയുംമുമ്പ് കബീർ ഒരൊറ്റ കമിഴ്ത്ത്.

അയാൾ വല്ലാതെ സ്വസ്ഥനായതുപോലെ.

കബീർ പെട്ടെന്ന് എന്നോടു ചോദിച്ചു: 'ഇന്ത്യയിൽ സമയമെത്രയായിട്ടുണ്ടാവും സാർ?'

വലിയ താല്പര്യമില്ലാതെ സമയം പറഞ്ഞുകൊടുത്ത് പെട്ടെന്ന് ഞാൻ വിഷയത്തിലേക്ക് കടന്നു.

'അറബിച്ചിയുമായി പുറത്ത്, ഔട്ടിങ്ങിനൊക്കെ പോകാറുണ്ടോ?'

കബീർ പറഞ്ഞു: 'അതേയുള്ളു. സത്യം പറഞ്ഞാ ആ പെമ്പ്രന്നോത്തിക്ക് ഇളക്കമാ. ഭർത്താവ് രണ്ടാംകെട്ട് കെട്ടിയതിന്റെ. തന്റെ അശ്രദ്ധകൊണ്ട് പറ്റിയതാണെന്ന് പറഞ്ഞ് ഒരിക്കൽ കരയുന്നതും കേട്ടു.'

'എന്ത് അശ്രദ്ധ?'

'പണം കുറേക്കൂടി ധൂർത്തടിച്ച് അയാളെ പാപ്പരാക്കേണ്ടതായിരുന്നു. ഇക്കാര്യത്തിൽ കുറച്ചുകൂടി ശ്രദ്ധിക്കേണ്ടതായിരുന്നുവല്ലോ.'

'ഓ അങ്ങനെ.'

'ആട്ടെ, ആ സ്ത്രീയുടെ ഭർത്താവിന്റെ പുതിയ ഭാര്യയെ കണ്ടിരുന്നോ? കാണാൻ എങ്ങനെ?'

'ഹോ, ഒടുക്കത്തെ ഗ്ലാമർ. നല്ല നീലക്കണ്ണും നീണ്ട മൂക്കും ചന്തീം മൊലേം. നമ്മുടെ പെണ്ണുങ്ങളെപ്പോലെ വയറൊന്നുമില്ല.'

ഞാൻ ഉത്കണ്ഠയോടെ ചോദിച്ചു: 'അല്ല കബീർ, പർദയിലല്ലേ കണ്ടത്?'

'അതെ.'

'പിന്നെങ്ങനെ ഈ ഷെയ്പ്പൊക്കെ?'

'പർദയാണ് സാറെ നമുക്ക് ഏറ്റവും ഷെയ്പ്പ് തോന്നുന്ന വേഷം.'

'അത്രയും ഷെയ്പ്പ് ഒള്ളതാണോ കബീറേ?'

അയാൾ ചുണ്ടുകൾ കടിച്ചുപിടിച്ച് മീശ റാപോലെ താഴ്ത്തി തലയാട്ടി.

എന്താണെന്നറിയില്ല, പൊടുന്നനെ എന്റെ ധാർമികരോഷം ഉണർന്നു. ഒരു ദീർഘനിശ്വാസത്തിനുശേഷം ഞാൻ പറഞ്ഞു:

'ആ ഭർത്താവിനെ ചാട്ടവാറ് കൊണ്ടടിക്കണം. പാവം അറബിച്ചി.'

അവസാനം പറഞ്ഞത് കബീറിന് ഒട്ടും പിടിച്ചില്ല എന്നുതോന്നി.

അയാൾ അല്പം രൂക്ഷമായി എന്നെ നോക്കി. ഒരു മറു ദീർഘനിശ്വാസം വിട്ടു.

കബീറിനെയും പറഞ്ഞിട്ടു കാര്യമില്ല. അത്രമാത്രം രാവും പകലുമില്ലാതെ അവനെ പീഡിപ്പിച്ചതല്ലേ. അല്ലേലും ഈ ദൈവത്തിന്റെ ഓരോ തമാശ! ചെലരെ ദൈവം തീറ്റിച്ചുകൊല്ലുന്നു. പ്രഷറ്, ഷുഗറ്, കൊളസ്ട്രോൾ...ചെലരെ പട്ടിണിക്കിട്ട് കൊല്ലുന്നു. എത്യോപ്യാ, സൊമാലിയ....

നെടുനിശ്വാസത്തിൽനിന്നും ഉണർന്ന് പെട്ടെന്ന് കബീർ അസ്വസ്ഥനായി പറഞ്ഞു:

'എനിക്ക് ഒരു പെഗ്ഗ് കൂടി കിട്ടണമല്ലോ സാറേയ്'

വിമാനം ഇടയ്ക്കൊന്ന് ചെരിഞ്ഞ് കുതിച്ചു പറന്നു.

'അയ്യോ കബീർ. മതി ഇനി ചോദിക്കുന്നത് നാണക്കേടാണ്.'

'എന്തു നാണക്കേട്? ഇതിന് വല്ല ലിമിറ്റുമുണ്ടോ? നമ്മള് കുടിച്ചില്ലേൽ അവളുമാര് നമ്മുടെ ചെലവിലെഴുതി ഒക്കെ പാക്ക് ചെയ്ത് നാട്ടിൽ കൊണ്ടുപോയി കാമുകന്മാർക്ക് കൊടുക്കും.'

കബീർ ഇതിനകംതന്നെ ഫോമിലായിക്കഴിഞ്ഞിരുന്നു.

'സാറ് ഒന്ന് ആ വൃത്തികെട്ട ഇംഗ്ലീഷിലൊന്ന് വിളിച്ചുപറയോ. ആകപ്പാടെ എനിക്ക് അറീന്നത് അറബിയും മലയാളവും മാത്രം.'

'അതു മാന്യതയല്ല കബീർ.'

'സാറിത് എന്തോന്ന് മാന്യതയെപ്പറ്റിയാ പറേന്നത്. സാറ് ഈ മീറ്റിങ്ങെന്നൊക്കെ പറഞ്ഞ് ആള്കളെ പറ്റിച്ച് ഫ്രീയായി ടിക്കറ്റടിച്ച് മാറ്റി വരികയല്ലേ. ദേ നോക്ക്, ദേ നോക്കാൻ...ചോര വെള്ളമാക്കി ജന്മം ചങ്ങലകൊണ്ട് ബന്ധിച്ച് മക്കളെ കാണാഞ്ഞ് കരഞ്ഞും കെട്ട്യോളെ കാണാണ്ട് അരിശമടക്കിയും, ദേ നോക്ക്, ഇങ്ങോട്ട് നോക്കാൻ, ഉണ്ടാക്കുന്ന ഉലുവയുണ്ടല്ലോ, അത് പിടിച്ചുപറിക്കാൻ നിക്കണ കമ്പനിയാ ഈ വിമാനക്കാര്. ഇത്തിക്കണ്ണികള്...മാന്യത! എന്തോന്ന് മാന്യത സാർ? എനിക്കൊരു പെഗ്ഗ് കൂടി വേണം.'

പറഞ്ഞുവന്നപ്പോഴേക്കും ആ മിഡി വേഷക്കാരി- സ്കിൻ ടോണിൽ കാലുറയിട്ട് തുടക്കനം പുറത്തുകാട്ടി- ആ എയർഹോസ്റ്റസ് കബീറിനെയും കടന്നുപോയി.

അയാൾ ഹേ എന്നു വിളിച്ചതോ ഗ്ലാസ് ചൂണ്ടി ആംഗ്യം കാണിച്ചതോ എയർഹോസ്റ്റസ് കണ്ടതായി നടിച്ചില്ല.

ഇത് കബീറിനെ അക്ഷരാർത്ഥത്തിൽ അരിശം കൊള്ളിച്ചു. അയാൾ ശൂശൂവെന്ന് ഒച്ചയിട്ട് നാലഞ്ചുവതണ കൈകൊട്ടി ശബ്ദമുണ്ടാക്കിത്തുടങ്ങിയതോടെ ആ സ്ത്രീക്ക് തിരിഞ്ഞുനോക്കേണ്ടിവന്നു.

'മേ ഐ ഹെൽപ്പ് യു സാർ?'

കബീർ പറഞ്ഞു:

'നിന്റെ ഒലക്കേലെ ഇങ്ക്ളീസൊക്കെ പോട്ടെ. ഒയിക്ക്.'

അയാൾ ഒഴിഞ്ഞ ഗ്ലാസിലേക്ക് ചൂണ്ടി പറഞ്ഞു.

ഞാൻ മാന്യനായതുകൊണ്ട് പെട്ടെന്ന് സീറ്റിൽ തല ചായ്ച്ച് ഉറങ്ങുംപോലെ നടിച്ചു.

എയർഹോസ്റ്റസ് പറഞ്ഞു: ലുക്ക് സാർ. വി ഹാവ് നോ പ്രൊവിഷൻ റ്റു സെർവ് മോർ.'

കബീറിന്റെ കണ്ണിലെ തീ കണ്ടിട്ടാവണം ആ സ്ത്രീ ശരിക്കും ഭയപ്പാടോടെ ഒഴിച്ചുകൊടുക്കാനാരംഭിച്ചു.

അവർ പുച്ഛരസത്തിൽ മല്ലൂസ് എന്നൊക്കെ പിറുപിറുക്കുന്നുണ്ടായിരുന്നു.

കബീറിന്റെ വിസ്കിയിൽ സോഡ പകരുന്ന ഘട്ടമെത്തിയപ്പോഴേക്കും എങ്ങുനിന്നോ കിട്ടിയ ധൈര്യത്തിൽ ഒറ്റക്കണ്ണ് മാത്രം തുറന്ന് ഞാനും നീട്ടി എന്റെ ഗ്ലാസ്. എനിക്ക് വൈറ്റ് വൈൻ ഒഴിച്ചുതന്നെങ്കിലും സ്ത്രീക്ക് അരിശം മുഴുവനും കബീറിനോടാണ്.

കബീറിന് നല്ല ദേഷ്യം വന്നുതുടങ്ങിയിരുന്നു. അവർ പോയപ്പോൾ എന്നോട് ചോദിച്ചു, ' ആ പെമ്പ്രന്നോത്തി എന്താ പിറുപിറുക്കുന്നത്?'

വൈറ്റ് വൈൻ സിപ്പ് ചെയ്തുകൊണ്ട് ഞാൻ പറഞ്ഞു:

'കബീർ അതൊക്കെ വിട്. അറബിച്ചീന്റെ കഥ പറ.'

ഞാനും വീഞ്ഞിന്റെ പിടിയിലായിക്കഴിഞ്ഞിരുന്നു.

'കബീറിനറിയ്യോ, ഞാനെടുത്തിരിക്കുന്ന ബിരുദങ്ങൾക്കോ സർട്ടിഫിക്കറ്റുകൾക്കോ കൈയും കണക്കുമില്ല. എം.എസ്. ഡബ്ല്യു, എൽ. എൽ.ബി, സൈക്കോളജി, രണ്ട് ഡോക്ടറേറ്റ്...പക്ഷേ, ഇതുവരെ ആ മോഹം പൂവണിഞ്ഞിട്ടില്ല. ഓരോ തവണ ഗൾഫിൽ രണ്ടും മൂന്നും ദിവസം ക്ലാസെടുത്തു മടങ്ങുമ്പോഴും പ്രാവർത്തികമാകാതെ പോയ ആ മോഹം എന്നിൽ തിരയടിക്കും.'

'മനസ്സിലായില്ല സാറേ?'

'ഒരു അറബിച്ചി. നടക്കാതെ പോയ ആ മോഹം ഒരുവശത്ത്. നിങ്ങളോ, അതിന്റെ ധാരാളിത്തത്തിൽ മനംമടുത്ത നിലയിലും.'

എന്റെ കൺകോണിൽ 0.3 എം.എൽ കണ്ണീർ പൊടിഞ്ഞു.

'ഒരു കോട്ടുമിട്ട് ആശ്പുശ് ഇംഗ്ലീസും പറഞ്ഞ് വിരുന്നുകാരെപ്പോലെ വന്നുപോകുന്ന നിങ്ങളെപ്പോലുള്ള ആളുകൾക്ക് ഞങ്ങളുടെ കഷ്ടപ്പാടറിയില്ല സാറേ.' പെട്ടെന്ന് അയാൾ മൊബൈൽ ഓണാക്കി വാട്സാപ്പിൽ കഴിഞ്ഞ ദിവസം ഭാര്യ അയച്ചുകൊടുത്ത അയാളുടെ രണ്ടരവ

യസ്സുള്ള കുഞ്ഞിന്റെ ചിരിയും കരച്ചിലും വികൃതിയും വാശിയും പൊട്ടിച്ചിരികളുമടങ്ങുന്ന ആ ദൃശ്യപരമ്പര നോക്കി കണ്ണീർ വീഴ്ത്തി. ശബ്ദമില്ലാത്ത ഒരു കരച്ചിലോടെ അയാൾ പറഞ്ഞു.

'ഞാനെന്റെ കുഞ്ഞിനെ കണ്ടിട്ടില്ല.' പെട്ടെന്ന് സമനില വീണ്ടെടുത്ത് പറഞ്ഞു. 'ഇതാ നേരം പുലരുമ്പോഴേക്കും ഞാനെന്റെ കുഞ്ഞിനടുത്തെത്തും.'

സത്യം പറഞ്ഞാൽ എനിക്കിത്തരം ചീപ്പ് സെന്റിമെന്റ്സൊക്കെ കാണുമ്പം ഒരുതരം കലിയാ.

'എന്റെ കുഞ്ഞുവാവയ്ക്ക് ഈ വരുന്ന സഫർമാസം രണ്ടരവയസ്സാവുന്നു. അവന്റെ ചോരപ്പരുവം ഞാൻ കണ്ടതേയില്ല സാറേ, അവൾ പെറ്റുകിടക്കുന്നേടത്ത് കൂടെയുണ്ടാവണമെന്നുള്ളത് എന്റെ ഒടുങ്ങാത്ത മോഹമായിരുന്നു. കൈ ചുരുട്ടിപ്പിടിച്ച് കണ്ണ് അതിനേക്കാൾ ഇറുക്കിപ്പിടിച്ച് പട്ടുപോലെ കിടക്കുന്ന എന്റെ കുഞ്ഞിനെയും അവന്റെ വളർച്ചയെയും ഞാൻ കണ്ടിട്ടില്ല. സൈനബയെയോർത്ത് ഞാൻ കരയാത്ത ദെവസമില്ല.'

'എന്റെ മുടിഞ്ഞ വാപ്പ ഒരുത്തൻ കാരണാ കണ്ണീക്കണ്ട ഈ നാട്ടിലൊക്കെ പോയി എനിക്കീ ഗതി വന്നത്. മൂന്നുവർഷം ജയില് എത്ര ഭേദമായിരുന്നു സാറേ. വല്ല ബാങ്കും കുത്തിപ്പൊളിച്ച് കുറെ കോടികളുമായി മുങ്ങിയാത്തന്നെ കൂടിയാല് രണ്ടരക്കൊല്ലം. വല്ല രാഷ്ട്രീയക്കാരുമായി ബന്ധമുണ്ടെങ്കീ അതും വേണ്ട. കൂടിയാൽ രണ്ടാഴ്ച. പിന്നെ സ്വസ്ഥമായിട്ട് കഴിയാലോ. എവിടെയെങ്കിലും കുഴിച്ചിട്ട പണ്ടമൊക്കെ എടുത്ത്...ഇതെന്തു ജീവിതം!'

അയാൾ നിശ്ശബ്ദമായി വീണ്ടും കരയാൻ തുടങ്ങി.

എനിക്ക് ബോറടിച്ചുതുടങ്ങി. ആ അറബിച്ചിയുടെ വിഷയത്തിൽ നിന്ന് അയാൾ വ്യതിചലിച്ചുതുടങ്ങിയിട്ട് നേരം കുറെയായി. എങ്കിലും ഒരു ഉപചാരത്തിന്റെ പേരിൽ ഞാൻ ചോദിച്ചു.

'കൊറച്ച് സമ്പാദ്യമൊക്കെ ഉണ്ടാവില്ലേ കബീർ?'

'സമ്പാദ്യം! നാട്ടിലുള്ള എന്റെ ഓട്ടോറിക്ഷ പോയത് മിച്ചം.'

'അതെന്തുപറ്റി?'

'ന്റെ വാപ്പ എന്നോട്കാണിച്ച കൊലച്ചതിയാർന്നു അത്. നാട്ടിലെത്തിയിട്ട് ഞാനെല്ലാറ്റിനേം കൊല്ലുന്നുണ്ട്.'

'അയ്യോ കൂൾഡൗൺ കബീർ. എന്തു പറ്റീന്നാ?'

'ഇതിൽപ്പരം എന്തോന്ന് പറ്റാൻ സാറേ.'

തെക്കൻകേരളത്തിൽനിന്ന് ഈ വാപ്പ നിലമ്പൂർക്ക് മരം വെട്ടാനാ വന്നത്. പിന്നെ പോയില്ല. കാട്ടിൽ മരം തീർന്നപ്പോ ഒരു ഓട്ടോറിക്ഷ

യുമായി കൂടി, പഴയൊരു ലാംബ്രട്ട.

ന്റെ ശരിക്കുള്ള വാപ്പ എനിക്ക് ഒന്നരവയസ്സുള്ളപ്പോ മരിച്ചു. ഒരു ഹർത്താലിന് കെ.എസ്.ആർ.ടിക്ക് തീവെച്ചപ്പോ അതിൽപ്പെട്ട് വാപ്പ മരിച്ചു. അങ്ങനെയാ രണ്ടാംവാപ്പ വന്നത്. ഉമ്മക്കിഷ്ടമുണ്ടായിരുന്നില്ല. പക്ഷെ നമ്മുടെ നാട്ടില് നാട്ടുകാർക്കാണല്ലോ വലിയ പിരാന്ത്. ഉപദ്രവിക്കാൻതന്നെയാ. പക്ഷെ ഉപകാരത്തിന്റെ കോലത്തില് വന്ന് സഹായിച്ചോളും. അവരെല്ലാം ചേർന്ന് ഉമ്മാനെ നിർബന്ധിച്ച് കെട്ടിച്ചു. ഉമ്മാക്ക് മരിച്ചുപോയ ഉപ്പാനെയോർത്ത് കരയാനേ നേരമുള്ളു.'

'നഷ്ടപരിഹാരോംന്നും കിട്ടീർന്നില്ലേ?'

'അതുകൊണ്ടാ പുതിയ വാപ്പ സ്വന്തായിട്ട് ഒരു ഓട്ടോറിക്ഷ വാങ്ങിക്കണത്. ഉള്ളത് പറയാലോ, രണ്ടാം വാപ്പാണൊന്നും അറിയിക്കാതെയാ എന്നെപ്പോറ്റീത്. കുട്ടിക്കാലത്ത് എനിക്ക് മധുരപലഹാരമായിട്ടേ മൂപ്പര് പണി കഴിഞ്ഞ് വരാറുള്ളു.

കുട്ടിക്കാലത്ത് ചിക്കൻപോക്സ് വന്നപ്പോ ഉറക്കമൊഴിച്ച് കൂടെയിരുന്നതൊന്നും മറക്കൂല. പതിമൂന്നുവയസ്സുള്ളപ്പോ ലംബ്രട്ടയുടെ ഹാന്റില് തന്നിട്ട് പറഞ്ഞു, ഡാ മോനേ, കബീറേ, നീയാ ഡ്രൈവിംഗ് പഠിച്ചേ, പതിമൂന്നാമത്തെ വയസ്സിലാ ഞാൻ ഡ്രൈവറാകുന്നത്. കള്ള സർട്ടിഫിക്കറ്റ് ഉണ്ടാക്കി പതിനഞ്ചില് ഡ്രൈവറുമായി. പക്ഷേ, ഉമ്മാക്ക് വല്യ പേടിയായാർന്ന്.

മോനേ, വലിയ വണ്ടി വരുമ്പം ശ്രദ്ധിക്കണേന്ന് എന്നും ഉമ്മ കരയുംപോലെ പറയും.'

'ആട്ടെ കബീർ ബീ ഓപ്പൺ. അറബിച്ചി ഗർഭനിരോധന ഉറകൾ ഉപയോഗിക്കുമായിരുന്നോ?'

'അവിടെ അത് കിട്ടില്ലല്ലോ. രഹസ്യമായിട്ട് സംഘടിപ്പിച്ച് കൊണ്ടേർന്ന പണിയും എനിക്കായിരുന്നു.'

'ഗുഡ്.'

'ഞാനെന്റെ കഥേലോട്ട് കടന്നോട്ടെ സാറെ? എടേലിരുന്ന് ഇങ്ങനെ തടസ്സപ്പെടുത്താതെ.'

'ഓക്കെ ഓക്കെ പറയൂ.'

'ഉമ്മ പാവാണ്. എല്ലാ വേദനകളിലും പുഞ്ചിരിക്കും. ഏത് മനുഷ്യനും നന്നായിപ്പോകും. ഉമ്മാന്റെ പെരുമാറ്റംകൊണ്ട്, എന്നിട്ടും ആ മനിഷൻ ഉമ്മാനോടിത് ചെയ്തു. എന്റെ ഓട്ടോറിക്ഷയും പോയി.'

അയാൾ കണ്ണുതുടച്ചു.

ദൈവമേ ഈ സെന്റിമെൻസ് ഒന്ന് കടന്നുകിട്ടിയിരുന്നെങ്കിൽ അറബിച്ചീടെ ഡീറ്റെയിൽസിലേക്ക് കടക്കാമായിരുന്നു. ഒരു ഉപചാരത്തി

നായി ഞാൻ പറഞ്ഞു: കബീർ ശാന്തനായിരിക്കൂ. ഇത്തരം ഘട്ടങ്ങളിലാണ് നമ്മുടെ പേഴ്സണാലിറ്റി ഉയർന്നു പ്രവർത്തിക്കേണ്ടത്.'

പെട്ടെന്ന് എന്തോ ഓർമ്മ കിട്ടിയതുപോലെ പറഞ്ഞു: 'എനിക്ക് ഒരു പെഗ്ഗ് കൂടി വേണായിരുന്നല്ലോ സാറേ.'

അതൊരു ഇടിത്തീയായി എനിക്കു തോന്നി.

'മിസ്റ്റർ കബീർ, ഇപ്പോൾത്തന്നെ ഇമോഷണലി നിങ്ങൾ വളരെ വീക്കാണ്. മാത്രമല്ല, ഇനിയും മദ്യം തരാനുള്ള പ്രൊവിഷനില്ല.'

'അതൊക്കെ ഞാനുണ്ടാക്കും. എവിടെ ആ അറബിച്ചി? ആ എയർഹോസ്റ്റസ്...ഓള് തന്നെയാണ് ന്നെ പീഡിപ്പിച്ചത്. ന്റെ മൂന്നു കൊല്ലം. ന്നെ ഉറങ്ങാൻ വിട്ടില്ല. വീട്ടിലേക്കൊന്ന് ഫോൺ ചെയ്യാൻ വിട്ടിട്ടില്ല.'

കബീർ എയർഹോസ്റ്റസിനെ വീണ്ടും വിളിക്കുമെന്നായപ്പോൾ ഞാൻ സീറ്റിൽ ചാരി ഉറക്കം നടിച്ച് കിടന്നു. ഒരു കണ്ണുമാത്രം ചെറുതായി തുറന്നു.

തന്റെ മാടിവിളിക്കൽ കണ്ടിട്ടും കാണാത്ത ഭാവത്തിൽ എയർഹോസ്റ്റസ് നിൽക്കുന്നത് കബീറിനെ അരിശം പിടിപ്പിച്ചുകൊണ്ടിരുന്നു. പിന്നീടയാൾ ശൂ ശൂ എന്ന് വിളി തുടങ്ങി. അതിന്റെ പര്യവസാനത്തിൽ ഉഗ്രൻ ഒരു വിസിലുമിട്ടു.

കാര്യങ്ങൾ പരുങ്ങലിലേക്കാണല്ലോ എന്നോർത്തപ്പോൾ ഞാൻ മുഖത്ത് ഉറക്കത്തിന്റെ ഗാഢത വരുത്തി ഒരു കണ്ണ് ഇറുക്കിയടച്ചു. മറ്റേ കണ്ണ് ചെറുതായി ചെറുതായി വീണ്ടും പൊക്കി.

കബീർ, വിസിലടിക്കാൻ ഇത് ഓട്ടോറിക്ഷയല്ല എന്നെനിക്ക് പറയണമെന്നുണ്ടായിരുന്നു. ഈ അൺകൾച്ചേർഡ് പാർട്ടികളോടൊക്കെ ഉപദേശിക്കാൻ പോയാൽ ചിലപ്പോ എന്റെ മേലും തട്ടിക്കയറീന്ന് വരും. കള്ള് അകത്തുചെന്നപ്പോ കണ്ടില്ലേ ഇവന്റെയൊക്കെ തനി കൾച്ചർ. ആ അറബിച്ചി ഇവനെ വിത്തുകാളയായിട്ട് മാത്രം ഉപയോഗിച്ചതിന്റെ കുറച്ച് ഡിപ്രഷൻ ഉണ്ട്. പോയി തല ഇടേണ്ട.

കബീറിന്റെ വിസിൽ വിമാനത്തിൽ മുഴുവൻ മുഴങ്ങിയെങ്കിലും യാത്രക്കാരാരും പ്രതികരിച്ചില്ല.

എയർഹോസ്റ്റസിനുനേരെയുള്ള അയാളുടെ ഗോഷ്ടികളും കൈയാംഗ്യങ്ങളും ശൂ ശൂ വിളിയുമൊക്കെ അവരുടെതന്നെ നടക്കാതെപോയ ആവിഷ്കാരങ്ങളായി ആസ്വദിക്കപ്പെട്ടു.

കബീർ പെട്ടെന്ന് സീറ്റിൽനിന്നെണീറ്റ് ഒരല്പം ഒന്ന് ആടിയുലഞ്ഞ് എയർഹോസ്റ്റസിന്റെയടുത്തേക്ക് നീങ്ങാൻ തുടങ്ങിയതോടെ അവർ ശരിക്കും ഭയന്നു. അവർ മെല്ലെ അകത്തേക്ക് എവിടെയോ പിൻവാ

ങ്ങി. പക്ഷേ, കബീറുണ്ടോ വിടുന്നു. അയാൾ ചോദിച്ചു: എവിടെ ആ അറബിച്ചി? ഇത്തിരി കള്ളുചോദിക്കുമ്പം അവള് നെഗളിക്ക്യാ, എവിടെ അറബിച്ചി?

കാര്യങ്ങൾ വഷളായി വരികയാണല്ലോ എന്നോർത്തപ്പോൾ എനിക്കാകെ ആധി വർദ്ധിക്കാൻ തുടങ്ങി.

ഇതെല്ലാം ക്യാമറയിൽ റെക്കാ ർഡ് ചെയ്യപ്പെടുന്നുണ്ടെന്ന് പാവം ആ കബീർ അറിയുന്നില്ല. അറിഞ്ഞാലും കൂട്ടാക്കാത്ത ഒരുതരം തീവ്രവാദം അയാളുടെ ഉള്ളിലുണ്ട്. ഇപ്പോതന്നെ അറസ്റ്റ് ചെയ്ത് ആമം വെക്കും. ഇനിയിപ്പോ ഞാനുമായി സംസാരിക്കുന്നത് ക്യാമറയിൽ പതിഞ്ഞതെടുത്ത് കൂട്ടുപ്രതിയാക്കുമോ ഈശ്വരാ? ഉപകാരത്തോടടുക്കുന്ന ഒരു കാര്യം ചെയ്തു, അത്രതന്നെ. അല്ലെങ്കിലും ഞാനെന്തു ചെയ്തു?

അയാൾ കഥ പറഞ്ഞു. ഞാൻ തലയാട്ടിക്കൊടുത്തു. അതല്ലാതെ കഥയുമായിട്ടൊന്നും എനിക്ക് യാതൊരു ബന്ധവുമില്ല. തലയാട്ടിയവരാരും കഥയുടെ ഭാഗമല്ല. എനിക്കയാളെ അറീയൂല.

അകത്തേക്കുപോയ കബീറിനെന്തുപറ്റിയിട്ടുണ്ടാവും എന്നു വിചാരിക്കുമ്പോഴേക്കും അതാ ആദ്യം എയർഹോസ്റ്റസ് നടന്നുവരുന്നു. പിന്നാലെ കൂളായിട്ട് കബീറും. എയർഹോസ്റ്റസിന്റെ മുഖത്ത് തൂമന്ദഹാസം. അവർ കൂളായിട്ട് വരുന്നു, കബീറിന് ആവശ്യത്തിന് വിസ്കി പകരുന്നു. കണ്ണുകൊണ്ട് കബീറിനെ ആകെയുഴിയുന്നു.

ഈ അമ്പരപ്പിനിടയിലും ഞാനെന്റെ ഗ്ലാസ് നീട്ടി. ഇത്തരം സന്ദർഭങ്ങൾ എന്നെ ധീരനാക്കിമാറ്റുന്നു.

'ക്യാൻ ഐ ഗെറ്റ് സം വൈറ്റ് വൈൻ?'

അവർ പെട്ടെന്ന് ഭാവം മാറി രൂക്ഷമായി എന്നെ നോക്കി പറഞ്ഞു:

'സോറി.'

അവൾ വെട്ടിത്തിരിഞ്ഞ് ഒറ്റപ്പോക്ക്.

കബീർ ഇത്തവണയെടുത്ത വിസ്കി ഒരാക്രാന്തവുമില്ലാതെ നുണഞ്ഞു. കബീർ എന്റെ മുഖത്തേക്കുനോക്കി ഒരു കള്ളച്ചിരി പാസ്സാക്കി. അയാൾക്ക് ഭംഗിയുള്ള ഒരു നുണക്കുഴിയുണ്ടെന്ന കാര്യം അപ്പോഴാണ് ഞാൻ ശ്രദ്ധിച്ചത്.

'അവിടെ എന്താണ് നടന്നത് കബീർ?'

'ഏതുകാര്യം?'

'ആ എയർഹോസ്റ്റസിനെ നിങ്ങളെന്തു ചെയ്തു?'

'അത് എയർഹോസ്റ്റസ് ഒന്നുമല്ല. അറബിച്ചിയാണ്. അവർ വീഴുന്ന ഒരു പ്രയോഗം കയറി ഞാനങ്ങ് നടത്തി.'

ഞാൻ വിഷണ്ണനായി.

പേഴ്സണാലിറ്റി ക്ലാസിൽ ഞാനിപ്പോൾ ഹൗ റ്റു ബിക്കം എ ഹീറോ വിത്ത് യുവർ ബിഹേവിയർ എന്ന ചാപ്റ്റർ എടുത്തുകൊണ്ടിരിക്കെ, സ്റ്റുഡന്റ്സ് ബഹുമാനപൂർവ്വം കേട്ടിരിക്കേ എന്റെ പാന്റ്സ് പെട്ടെന്ന് അഴിഞ്ഞുപോകുന്നു. ക്ലാസിൽ കൂട്ടച്ചിരി.

ഞാൻ ഞെട്ടലോടെ ഉണർന്നു.

കബീർ പറഞ്ഞു: 'ഈ ഫ്ളൈറ്റ് എയർപോർട്ടിലെത്താൻ ഇനിയെത്ര സമയം പിടിക്കും സാർ?'

'ഒന്നരമണിക്കൂർ.'

കബീർ ആശ്വാസപൂർവ്വം ഒന്നു നെടുവീർപ്പിട്ടു.

'എത്രയും പെട്ടെന്ന് എത്തിയിട്ട് വേണം എനിക്കെന്റെ കുഞ്ഞിനെ കാണാൻ. ഉപ്പയെ കണ്ടിട്ട് ചോദിക്കണം ഇത്രനാളും നിങ്ങളീ കാണിച്ച സ്നേഹം ഏത് കള്ളന്മാരുടെയടുത്ത്ന്നാണ് പഠിച്ചതെന്ന്...സാറിന്നറിയോ ഞാൻ പോകുമ്പോൾ ആ ഓട്ടോ ഓടിക്കാൻ വാപ്പക്കാണ് കൊടുത്തത്. ഉമ്മ പറഞ്ഞിട്ടാണത് വാപ്പാടെ പേരിലെഴുതിയത്. ഞാൻ പോയി ആറുമാസമായപ്പോഴേക്കും അയാളത് വിറ്റു. ആ പണംകൊണ്ട് വേറൊരു പെണ്ണുകെട്ടി.

എനിക്കിപ്പോഴെല്ലാം മനസ്സിലാവുന്നു സാറേ..സാറ് കേൾക്കുന്നുണ്ടോ, ങ്ഹേ സാറുറങ്ങിയോ?'

അയാളുടെ വിളികേട്ട് ഞാൻ കള്ളനായി കിടന്നു. പക്ഷെ, അയാൾ ആരോടെന്നില്ലാതെ കഥ തുടർന്നു.

'സൗദിയിൽനിന്ന് വാപ്പ വിസ ക്യാൻസലാക്കി മടങ്ങിയതും എന്നെ ആ അറബിച്ചിയുടെ സിംഹക്കൂട്ടിലിട്ടു കൊടുത്തതുമൊക്കെ വളരെ ആസൂത്രണം ചെയ്തുതന്നെയാണെന്ന് എനിക്കിപ്പോൾ മനസ്സിലാകുന്നു സാറേ. ആ വിശന്ന സിംഹം എന്നെ തിന്നു തീർത്തുകൊള്ളുമെന്ന് തീരുമാനിച്ചുകാണും.'

ഞാനൊന്നുണർന്നു. ചെറു കോട്ടുവായിടുംപോലെ നടിച്ചു.

'നോക്കൂ കബീർ നമ്മൾ കേന്ദ്രവിഷയത്തിൽനിന്ന് തെന്നിപ്പോകുന്നു. ഇനിയും ഒരു പെഗ്ഗ് നിങ്ങൾ ആ എയർഹോസ്റ്റസിനോട് ചോദിക്കുകയോ ചോദിക്കാതിരിക്കുകയോ ചെയ്യുന്നത് എന്റെ വിഷയമല്ല. പക്ഷേ ആ അറബിച്ചിയുടെ കൈയിൽ പ്രത്യേകമായ കാമകലകൾ വല്ലതുമുണ്ടോ എന്ന് നിങ്ങളെനിക്ക് പറഞ്ഞുതരണം. നിങ്ങളീ ഉമ്മാന്റെ സെന്റിമെന്റ്സും വാപ്പാടെ ഓട്ടോറിക്ഷയുടെ കാര്യവുമൊക്കെ വിട്.'

ഞാൻ പേഴ്സ് തുറന്ന് അഞ്ഞൂറിന്റെ നാല് നോട്ടുകളെടുത്തു നീട്ടി.

'വെറുതെയാക്കണ്ട. ഒരു ഫീസായിട്ട് വച്ചോളൂ.'

അയാൾ പറഞ്ഞു: പണം സാറ് പേഴ്സിലിട്ടാട്ടെ. ഞാൻ നിങ്ങളെപ്പോലെ വിത്യാബ്യാസമൊന്നുമില്ലാത്തവനാണെങ്കിലും നേരും നെറിയുമുള്ളവനാ. സാറിതേതു കാമകലയുടെ കാര്യമാ പറേന്നത്?'

'ശ്ശ്...പതുക്കെ. ആ അറബിച്ചിയുടെ കാമകല.'

'കാണും. അവർക്ക് അതൊക്കെ കാണും. പക്ഷെ, അതെന്റെ ജീവിതം കൊണ്ടോയിപ്പോയി എന്നുമാത്രം.'

'സുഖമുള്ള കാര്യമല്ലേ, കബീർ അതൊക്കെ?'

പെട്ടെന്ന് അയാളെന്റെ നേർക്ക് വെട്ടിത്തിരിഞ്ഞു.

'ഓ അതായിരുന്നോ നിങ്ങൾ പറഞ്ഞുകൊണ്ടിരുന്നത്. നല്ല കോട്ടൊക്കെ ഇട്ടിട്ടുണ്ടെങ്കിലും നിങ്ങളൊരു തല്ലിപ്പൊളിയാണല്ലോ സാറേ. ഓട്ടോറിക്ഷയിൽ ഞാനെന്റെ ഏറ്റവും വലിയ ജീവിതാ ആസ്വദിച്ചത്. എന്റെ നാട്ടുപച്ചയും നല്ല കുളിർത്ത കിണറുവെള്ളവും പിന്നെ കെട്ട്യോളുടെ സ്നേഹം. അതിനോളം ഏതറബിച്ചി? നല്ല സ്റ്റൈലായി നടന്ന് ഞങ്ങളുടെയൊക്കെ ജീവിതം വലിയ ആനക്കാര്യംപോലെ വൃത്തികെട്ട ഇംഗ്ലീഷിൽ പ്രസങ്കിക്കുന്നുണ്ടല്ലോ നിങ്ങളൊക്കെ. ഒരു പുല്ലും നിങ്ങൾക്ക് ഞങ്ങളെപ്പറ്റിയറിയില്ല.'

പെട്ടെന്ന് അയാൾ തളർന്ന സ്വരത്തിലായി.

വരണ്ട ചുടുകാറ്റിന്റെ പിടിയിലമർന്ന് മരുഭൂമിയിലെ അയാളുടെ ജീവിതംകേട്ട് ഞാൻ ശരിക്കും നടുങ്ങിപ്പോയി.

രാവെന്നോ പകലെന്നോ ഇല്ലാത്ത... ദിവസം തെറ്റിക്കൊടുക്കുന്ന ശമ്പളകുടിശ്ശികകൾ, സ്ത്രീകളെ ഡ്രൈവിങ്ങ് പഠിപ്പിക്കാത്തതിന്റെ പേരിൽ സമ്പന്നരായ പെൺമക്കളുടെ രോഷം, നിലരാത്രികളിൽ കബീറിനെ മാറ്റിയിരുത്തിക്കൊണ്ടുള്ള ഡ്രൈവിങ്ങ്, കൊണ്ടുപോയിടിച്ച് ഒരാളെ കൊന്നതിൽനിന്നും എങ്ങനെയോ രക്ഷപ്പെട്ട കഥ. വണ്ടി അന്വേഷിച്ചുനടക്കുന്ന പോലീസിന്റെ പിടിയിൽ താൻ ചെന്നു ഏതു നിമിഷവും പിടിക്കപ്പെടും എന്ന ഭീതി. പിടിച്ചാൽ മുഖത്ത് കറുത്ത മുഖംമൂടിയിട്ട് വെള്ളിയാഴ്ചപ്പള്ളിയിൽ തലവെട്ടുമോ റബ്ബേ.

പെട്ടെന്ന് അയാൾ പൊട്ടിത്തെറിച്ചു.

'സാറേ, ഒരുദിവസം വിജനമായ മരുഭൂമിയിലെ ഒറ്റപ്പെട്ട കെട്ടിടത്തിനു മുന്നിൽ കാറ് നിർത്തി ആ അറബിച്ചി അകത്തേക്ക് കയറിപ്പോയി, ഇവിടെ നിൽക്കണം എന്ന് കല്പിച്ച്. പത്തുമണിക്കൂർ കഴിഞ്ഞാണ് ആ യക്ഷി മടങ്ങിവന്നത്. അഴിഞ്ഞാടിത്തിമർത്ത്. രണ്ടാം കെട്ട് കെട്ടിയ ഭർത്താവിനോടുള്ള അടങ്ങാത്ത പക. കാറിൽ കാത്തു നിൽക്കുമ്പോൾ ഏസി ഓഫാക്കണമെന്നാണ് നിയമം. ഞാൻ ഉഷ്ണ

ത്തിൽ വെന്ത് ദാഹജലംപോലുമില്ലാതെ വിശന്നുപൊരിഞ്ഞ് പ്രാർത്ഥനകളോടെ നിന്നു. പുറത്ത് അനേകം മണൽക്കാറ്റുകൾ അടിച്ചുവീശിക്കൊണ്ടിരുന്നു. അപ്പോഴേക്കും ഞാൻ അർദ്ധബോധാവസ്ഥയിലാക്കഴിഞ്ഞിരുന്നു.'

'ഞാൻ അവരോട് കരയുംപോലെ പറഞ്ഞുകൊണ്ടിരുന്നു. ഒന്നെന്റെ പാസ്പോർട്ട് തരോ? ഒന്നെന്നെ കൊന്നുതരുമോ?

അവരിലും കരുണയുണ്ടെന്ന് ആദ്യമായറിഞ്ഞു. എന്നെ യാത്രയാക്കുമ്പോൾ അവർ ചോദിച്ചു, നീ ഇനി തിരിച്ചുവരാതിരിക്കുമോ കബീർ?'

'വരും മാമാ'

ഉമ്മയോട് അങ്ങനെ പറയണമെന്ന് ആ പാവം പെൺകുട്ടികൾ എന്നെ പറഞ്ഞു ശട്ടംകെട്ടിയിരുന്നു.

വിമാനത്തിൽനിന്നും അനൗൺസ്മെന്റുകളുടെ കലപില.

വിമാനം എയർപോർട്ടിനോടടുക്കുകയാണ്.

അയാൾ ഏന്തിവലിഞ്ഞ് പുറത്തേക്കുനോക്കി. ഉന്മാദം കലർന്ന ആശ്വാസത്തോടെ പറഞ്ഞു:

'ന്റെ നാട് പച്ച, തണുപ്പ്, കുളിർന്ന കിണറ് വെള്ളം... സാറെവിടെയാ താമസം?'

'ഇപ്പോൾ കൊച്ചിയിലൊരു ഫ്ളാറ്റിൽ. ഡാൻ ഡ്യൂവിൽ.'

'യ്യോ അതൊരു അടിപൊളി ഫ്ളാറ്റല്ലേ. പറഞ്ഞിട്ടെന്താ,എന്തിനു കൊള്ളാം? നാറുന്ന വെള്ളം ലോറിയിൽ കൊണ്ടുവന്ന് ക്ലോറിൻ കലക്കിയിട്ട് കുളിച്ച് നല്ല പെർഫ്യൂമൊക്കെ പൂശി വലിയ മസിലൊക്കെ പിടിച്ച് ഹാ ഹാ ഹാ. ഒന്നോർത്താൽ കഷ്ടമാണ് നിങ്ങടെയൊക്കെ ജീവിതം. ആട്ടെ സാറിന്റെ നമ്പറൊന്ന് തരുമോ.? വല്ലപ്പോഴും വിളിക്കാലോ?'

ഞാൻ നമ്പർ പറഞ്ഞുകൊടുത്തു. അയാൾ ഫോണിൽ ഫീഡ് ചെയ്തു.

എയർപോർട്ടിലെത്തി യാത്ര പിരിയുമ്പോൾ കബീർ ഹൃദയംതുറന്ന് ചിരിച്ചു.

'സാറിന്റെ കൂടെ കുറെ വർഷം ജീവിച്ചപോലെ തോന്നി. നന്ദീണ്ട് ട്ടോ. ഈ കബീർ വിളിച്ചിരിക്കും.'

ഞാൻ മന്ദഹസിച്ചു.

കബീറിന് കൊടുത്ത ഫോണിലെ അവസാനത്തെ അക്കം ഞാൻ മാറ്റിപ്പറഞ്ഞിരുന്നു. കണ്ണീക്കണ്ട ഓട്ടോറിക്ഷക്കാരുമായിട്ടൊക്കെ നിങ്ങൾക്കെന്ത് ബന്ധം എന്ന് ഫാമിലി ചോദിച്ചാ ഞാനെന്തു പറയും?

ആ എയർഹോസ്റ്റസിനോട് അവനെന്തു ചെയ്തു എന്നു മാത്രമറിയാൻ പറ്റിയില്ല.

ഓ അതുപോട്ടെ. ചിലതു നേടുമ്പോൾ മറ്റു ചിലതു നഷ്ടപ്പെടും.

ക്വയറ്റ് നാച്ചറൽ.

മാതൃഭൂമി ആഴ്ചപ്പതിപ്പ് 2016

ലൈംഗിക കുറ്റാന്വേഷണകഥയിലെ രണ്ടുനായകന്മാർ

ബാലു എന്ന ചന്ദ്രസേനബാലന് ചെറുപ്പത്തിലെ ഡിറ്റക്ടീവ് നോവലുകളോടാണ് പ്രിയം. കോട്ടയം പുഷ്പനാഥ്, നീലകണ്ഠൻ പരമാര, തോമസ് ടി.അമ്പാട്ട് തുടങ്ങിയവരുടെ നോവലുകൾ ഇന്നത്തെ ഇംഗ്ലീഷ് കുട്ടികൾ ഹാരിപോർട്ടർ വായിക്കുന്നതിനേക്കാൾ വേഗത്തിൽ ആഹരിച്ചുതീർത്തിട്ടുണ്ട്. ബാലു, സി.ഐ.ഡി വിക്രമൻ എന്ന കാർട്ടൂൺ പുസ്തകം വരുന്ന അലവിൽ ശ്രീനാരായണവിലാസം വായനശാലയിലേക്ക് എട്ടുകിലോമീറ്റർ നടന്നുപോയിട്ടുണ്ട്. മലയാളത്തിന്റെ ഈ ഒറ്റയടിപ്പാത അയാളെ എത്തിച്ചത് മലയാളസാഹിത്യം എം.എയിലും ജേർണലിസം ഡിപ്ലോമയിലുമാണ്. ഒടുവിൽ അയാൾ എല്ലാ തൊഴിലന്വേഷണത്തെയും റദ്ദാക്കിക്കൊണ്ട് നഗരത്തിലെ അറിയപ്പെടുന്ന ഒരു സായാഹ്നപത്രത്തിൽ സബ് എഡിറ്റർ കം റിപ്പോർട്ടറായി ജോലിക്കു കയറി. മാസം ശമ്പളം കൃത്യമായി കിട്ടില്ല. കുറവുമാണ്. സുഹൃത്തുക്കളോട് സ്ഥാപനത്തെപ്പറ്റി പറയുന്ന ഈ സ്ഥാപനതമാശകളിൽ പക്ഷെ, താൻ കുടങ്ങിക്കിടക്കുന്ന മുള്ളിൻകാടിന്റെ കുരുക്കഴിയുന്നുണ്ട്. ഒരുദിവസം ക്ഷുഭിതനായി പത്രാധിപർ പണിക്കോട്ടി വേലായുധൻപിള്ളയോട് ചിലതു പറയുകയും ചെയ്തു.

പണിക്കോട്ടി പറഞ്ഞു: ശമ്പളവർദ്ധനവിനെപ്പറ്റി ഇപ്പോൾ മാനേജ്മെന്റിനോട് പറയാൻ പറ്റില്ല. പത്രം നഷ്ടത്തിലാണ് ഓടുന്നത്.

പണിക്കോട്ടിയുടെ അച്ഛൻ നാരായണപിള്ള പണിക്കോട്ടി സ്വാതന്ത്ര്യസമരസേനാനിയായിരുന്നു. അച്ഛൻ ഗാന്ധിയെ തൊട്ട ഫോട്ടോയും ഖദറും എന്നും അദ്ദേഹം കൂടെ കൊണ്ടുനടക്കും.

പണിക്കോട്ടി തുടരുന്നു:

പത്രം ചില നയവ്യതിയാനങ്ങൾ സ്വീകരിച്ചിട്ടുണ്ട്. സർക്കുലേഷൻ, പരസ്യം ഇവകൊണ്ടൊന്നും പിടിച്ചുനിൽക്കാൻ കഴിയില്ല എന്നു മാനേജ്മെന്റിന് ബോധ്യപ്പെട്ടിട്ടുണ്ട്.

പകരം എന്തുചെയ്യാൻ പോകുന്നു?

ബാലു മടുപ്പോടെ ചോദിച്ചു.

കാലാനുസൃതമായി പരിഷ്ക്കരിക്കാത്ത പത്രപ്രവർത്തനരീതിയോട് ബാലുവിന് ഒട്ടും താല്പര്യമില്ല.

നിങ്ങൾ കുറേക്കൂടി ആധുനികവൽക്കരിക്കണം. പുതിയ മിഷനറികൾ വാങ്ങിയിടണം. മൊത്തം കമ്പ്യൂട്ടർവൽക്കരിക്കണം.

പണിക്കോട്ടി ചിരിച്ചു.

നമ്മുടെ പ്രതിയോഗിയായ 'സായാഹ്നയാത്ര' ഈവനിങ്ങ് ഡെയ്‌ലി നല്ല ലാഭത്തിലാണോടുന്നത്. പരിഷ്ക്കരിച്ചിട്ടാണോ?

ബാലുവിന് കാര്യം പിടികിട്ടി.

അയാൾക്ക് ഈ കോർപ്പറേഷനിൽ ആറുനില കെട്ടിടമുണ്ട്. മൂന്നു ബസ്സുണ്ട്. പ്രസ്സിൽ ചായക്കാരൻ പയ്യനായി വന്ന ആളായിരുന്നു.

നയവ്യതിയാനം എന്നു പണിക്കോട്ടി പറഞ്ഞതിന്റെ അർത്ഥം ബാലുവിന് പിടികിട്ടി.

നല്ല ഉശിരുള്ള ചെറുപ്പക്കാരനായി നീയിങ്ങനെ ന്യൂസ് എഡിറ്ററെന്നൊക്കെ പറഞ്ഞ് ഡെസ്കിൽ കുത്തിയിരിക്കാതെ ഇടയ്ക്ക് പുറത്തേക്കൊക്കെ ഒന്നു പോ. നാല് കാശുണ്ടാക്കാം.

ബാലു പൊട്ടിത്തെറിച്ചു, 'പരസ്യം പിടിക്കാനൊന്നും എന്നെക്കൊണ്ടു പറ്റില്ല.'

പണിക്കോട്ടി ദിവ്യമായി ചിരിച്ചു.

ഒച്ചതാഴ്ത്തി പറഞ്ഞു: 'എടോ, പരസ്യമല്ല. താൻ രഹസ്യമാണ് പിടിക്കേണ്ടത്.'

'മനസ്സിലായില്ല.'

'നമ്മുടെ നയവ്യതിയാനം. സായാഹ്നയാത്രയുടെ ആ മാധവനെപ്പോലെ ഒറ്റയ്ക്ക് വിഴുങ്ങുന്ന ഏർപ്പാടല്ല. കമ്മീഷനുണ്ട്. മുപ്പതുശതമാനംവരെ.'

തളർന്നിരിക്കുന്ന ബാലുവിനെ നോക്കി ഒന്ന് നീട്ടിച്ചിരിച്ചു പണിക്കോട്ടി.

'ഇക്കാലത്ത് ദേശീയവികാരം, സാമൂഹ്യപ്രതിബദ്ധത, ഫോർത്ത് എസ്റ്റേറ്റ് എന്നൊക്കെ പറഞ്ഞോണ്ടിരുന്നാൽ ദേ, ഈ പത്രത്തിന്റെ ഗതിയാവും. എനിക്കും മടുത്തു. കെട്ടിക്കാറായ രണ്ടു പെൺകുട്ടികളാ...' പണിക്കോട്ടി സെന്റിമെന്റലായി.

മതം, സെക്സ് ഇതിനെ കേന്ദ്രീകരിച്ചല്ലാതെ നമ്മുടെ നാട്ടിൽ ഒരു കൾച്ചറൽ ബിസിനസ്സും ഇനി വേരുപിടിക്കില്ല. നമുക്കാണെങ്കിൽ അങ്ങനെ നാണംകെട്ട് വല്ലാതെ എറങ്ങി കളിക്കാനും പറ്റ്വോ.

ബാലുവിന്റെ അക്ഷമ കണ്ട് പണിക്കോട്ടി വിഷയത്തിലേക്ക് കടന്നു.

'സായാഹ്നയാത്ര'ക്കാരനു മാത്രമല്ല, നമുക്കും വേണം അല്പം ബ്ലാക്ക് മെയിലിംഗ്!

തികച്ചും നാടകീയമായി പണിക്കോട്ടി തന്റെ വലിപ്പിൽനിന്ന് സാമാന്യം വലുപ്പമുള്ളൊരു കവർ കൈയിലെടുത്തു.

ആദ്യത്തെ അനൗൺസ്മെന്റ് ഇതായിക്കോട്ടെ.

കവർ തുറന്ന് പുറത്തേക്കിട്ട പണിക്കോട്ടിയുടെ മുഖത്ത് അശ്ലീലം പൂഴ്ത്തിയ താമരപ്പൂവ് വിരിഞ്ഞു.

പിന്നെ എന്തോ ഓർത്ത് പെട്ടെന്ന് കാബിൻ ലോക്ക് ചെയ്ത് തിരിച്ചുവന്ന് ആ രഹസ്യം അറിയിച്ചു.

'ഈ ഫോട്ടോയിലെ ആളെ മനസ്സിലായില്ലേ?'

'ഡോക്ടർ സുഗീതല്ലേ?'

'യേസ്. വ്യക്തിപരമായി പരിചയമുണ്ടോ?'

'ഇല്ല. പക്ഷേ, പ്രസിദ്ധനായി ഈ സയന്റിസ്റ്റിനെ നമ്മളെന്തിനാണ് ബ്ലാക്ക് മെയിൽ ചെയ്യുന്നത്?'

മറ്റു ഫോട്ടോകൾ ഉയർത്തിക്കൊണ്ട് ഒരുയർന്ന പോലീസ് ഓഫീസർ തന്റെ കീഴുദ്യോഗസ്ഥനായ സഹപ്രവർത്തകനോടെന്നപോലെ പണിക്കോട്ടി വിശദീകരിച്ചു.

'ഇത് മിസ് അനിതകുമാരി. സുഗീതിന്റെ ബയോടെക് ഇൻസ്റ്റിറ്റ്യൂട്ടിലെ സ്റ്റെനോ ആണെന്നാണ് വെപ്പ്. എന്നാൽ പല ഹോട്ടലുകളിലും ഇവർ മുറിയെടുത്ത് കാമലീലകളാടിയിട്ടുണ്ട്. നോക്കൂ, ഒരുമിച്ച് കുളിക്കുന്ന ഫോട്ടോ. റൂമെടുത്തതിന്റെ ബില്ലുകൾ. പോയ സ്ഥലങ്ങളുടെ രേഖകൾ.'

എന്താണെന്നറിയില്ല, ബാലു ത്രില്ലിലായി. ഒരു അപസർപ്പക കഥ ഇതിനകത്ത് ഒളിഞ്ഞിരിപ്പുള്ളതുകൊണ്ടാവണം.

ഇതു ഡെയ്സി ജോസി, ബാംഗ്ലൂരിൽ ഏറ്റവും കൂടുതൽ പ്രതിഫലം പറ്റുന്ന മോഡൽ. തിരുവനന്തപുരം താജിൽ അവർ രണ്ടുദിവസം തങ്ങിയ രേഖകൾ, കുളിക്കുന്ന ഫോട്ടോ. പക്ഷെ മങ്ങിപ്പോയി.

ഇത് സീരിയൽ നടിമാരായ രേഖാവാസുദേവൻ, അഞ്ജനാനായർ എന്നിവരോടൊത്ത് മദ്രാസ് റസിഡൻസി ഹോട്ടലിൽ ഇരട്ടക്കേളിക്കുവേണ്ടി മുറിയെടുത്തപ്പോൾ.

ഡോ.സുഗീത് മൾട്ടിനാഷണൽ കമ്പനികളുടെ ഇന്ത്യൻ കൺസൾട്ടന്റും വിവിധതരം ബിനാമി ഏജന്റുമാണെന്ന് കേട്ടിട്ടുണ്ട്. മന്ത്രിമാർ, ഉദ്യോഗസ്ഥ പ്രഭുക്കന്മാർ ഇവരുമായി ബന്ധപ്പെട്ട അഴിമതിയൊന്നുമില്ലേ?

ഉണ്ട്. പ്ലാച്ചിമട, എൻറോൺ, കരിമണൽ ഖനനം...ഇതുപോലെ

കുറെയെണ്ണം. പക്ഷേ, ആർക്കുവേണം? ആളുകൾക്ക് ഇതൊക്കെ മടുത്തുകഴിഞ്ഞു. ങ്ഹാ...വേണമെങ്കിൽ...

കൂട്ടത്തിൽനിന്ന് ധൃതിയിൽ ഒരു പേപ്പർ തപ്പിയെടുത്ത് പണിക്കോട്ടി പറഞ്ഞു : വേണമെങ്കിൽ ഇതാവാം. വയാഗ്രയുടെ ഒരു ഇന്ത്യൻ പതിപ്പിറക്കാൻ സുഗീത് കേന്ദ്രത്തിൽ കളിച്ച കളിയുടെ രേഖകൾ. ഇതാവുമ്പം ഇത്തിരി സെക്സികവും ഉണ്ടല്ലോ.

പണിക്കോട്ടി ചിരിച്ചു.

ഈ മരുന്നിന് കാർഡിയാക് മെഡിസിൻ കമ്പനിക്കാരുടെ സാമ്പത്തിക സഹായവുമുണ്ട്. ഗുളിക കഴിച്ചാൽ താമസിയാതെ ഹൃദ്രോഗിയാവും.

ഒന്നോർത്താൽ നെയ്യപ്പ തിന്നപോലെയാ. നമ്മളാവശ്യപ്പെട്ട പണം സുഗീത് തന്നാൽ നമുക്കതുകൊണ്ടൊരു കാര്യമായി. നിഷേധിച്ചാൽ വായനക്കാർക്കു നല്ല ഒരു സെക്സ് കഴിഞ്ഞ സുഖവുമായി. പാവം മലയാളി. ഇവനു വേറെയൊരു സുഖവും വിധിച്ചിട്ടില്ലല്ലോ.

നമ്മൾ എത്ര പണം ചോദിക്കും സാർ?

ഒട്ടും തയ്യാറെടുപ്പില്ലാത്ത ഉത്തരമായി അതു പണിക്കോട്ടിക്കനുഭവപ്പെട്ടു. അയാൾ പതറി.

അത്...ഒരു രണ്ടു ലക്ഷമാവാം. അല്ലേ?

രണ്ടുലക്ഷം. ബാലു മിന്നൽവേഗത്തിൽ കണക്കുകൂട്ടി. രണ്ടുലക്ഷത്തിന്റെ മുപ്പതുശതമാനമെന്നു പറയുമ്പോൾ അതുകൊണ്ട് പ്രത്യേകിച്ച് കടങ്ങളൊന്നും വീടില്ല. ഒരു കാർ വാങ്ങണം. ചില്ലറ കടങ്ങൾ വീട്ടണം.

നമുക്ക് പത്തുലക്ഷമായാലോ?

പണിക്കോട്ടി ആശയക്കുഴപ്പത്തിലായി.

അതല്പം കൂടിയില്ലേ?

ഇവന്മാരുടെ കൈയിൽ പൂത്ത പണമുണ്ട്. കോടിക്കണക്കിനു സ്വിസ് ബാങ്കിലും കാണും. ഒരവസരമല്ലേയുള്ളു. നമുക്ക് പത്ത് ലക്ഷം ചോദിക്കണം സാർ.

അയ്യോ, അധുവേണ്ട. അയാളെ സമ്മർദ്ദപ്പെടുത്തണം. ക്ഷോഭം കൊള്ളിക്കരുത്. അതു നമുക്ക് ഗുണം ചെയ്യില്ല.

കുറച്ചുനേരം പണിക്കോട്ടി ആലോചനാമഗ്നനായി.

ശരി, പത്തുലക്ഷം ചോദിക്കാം. ചോദിക്കുന്നതിൽ തെറ്റൊന്നുമില്ലല്ലോ. അത്ര കടുത്ത തെളിവല്ലേ കൈയിൽ വന്നു പെട്ടിരിക്കുന്നത്. മാത്രമല്ല, ഇയാൾക്ക് ബാംഗ്ലൂരിൽ ഒരു രഹസ്യഭാര്യയുണ്ടെന്നും കേൾക്കുന്നുണ്ട്. അടുത്ത ആഴ്ച അതിന്റെ തെളിവുകൾ ഇങ്ങെത്തും.

അതുംകൂടി വേണമെങ്കിൽ വാക്കാൽ കാച്ചിയേക്ക്. എല്ലാംകൂടിയാവുമ്പോ അയാൾക്കും അതൊരു നഷ്ടക്കച്ചവടമാവില്ലല്ലോ.

ബാലു ത്രില്ലടിച്ചു.

പണിക്കോട്ടിയുടെ ബുദ്ധി അപാരംതന്നെ.

രേഖകൾ അത്ര ശക്തമാണ്. സുഗീതിന്റെ കുടുംബം, സാമൂഹ്യാംഗീകാരങ്ങൾ, പിടിപാടുകൾ എല്ലാം താറുമാറാക്കാൻ ഈ തെളിവുകൾ ധാരാളം. അത്തരമൊരു റിസ്ക്കിന് അയാൾക്ക് ഒരിക്കലും നിൽക്കാനാവില്ല.

എല്ലാറ്റിന്റെയും സിറോക്സ് കോപ്പികളെടുത്ത് ഭംഗിയായി ഒരു ഫയലിലടുക്കിവെക്കുമ്പോൾ പണിക്കോട്ടി പറഞ്ഞു:

നിന്റെ മൊബൈൽഫോൺ എടുക്കാൻ മറക്കേണ്ട. എതിരായി എന്തെങ്കിലും നീക്കമുണ്ടായാൽ അപ്പപ്പോൾ എന്നെ അറിയിച്ചേക്കണം - തൊണ്ടയിടറിക്കൊണ്ടാണ് പണിക്കോട്ടിക്ക് ഇതുപറയാൻ കഴിഞ്ഞത്.

വരാൻ പോകുന്ന വിപത്ത് നേരത്തെ കിട്ടി മുങ്ങാനാണോ?

ഈ ഇടപാടിൽ അതിരുകവിഞ്ഞ റിസ്കുണ്ട്.

പണിക്കോട്ടി ചുമലിൽ തട്ടി ആശ്വസിപ്പിച്ചു : നീ ധൈര്യമായി പോകൂ. എടോ, ഇതൊക്കെ ആ 'സായാഹ്നയാത്ര' ക്കാരൻ സ്ഥിരം ചെയ്യുന്ന ഏർപ്പാടാണ്. തെളിവുകൾ നമ്മുടെ കൈയിൽ ഭദ്രമായി ഉള്ള കാലത്തോളം നമ്മൾ പേടിക്കേണ്ട കാര്യമില്ല. നാളെ കാലത്ത് കൃത്യം പത്തുമണിക്ക് അപ്പോയിന്റ്മെന്റ് ഞാൻ വാങ്ങിക്കഴിഞ്ഞു.

പണിക്കോട്ടി ഒരുയർന്ന സി.ബി.ഐ ഓഫീസറെപ്പോലെ പറഞ്ഞു.

പത്തുലക്ഷത്തിന്റെ മുപ്പതുശതമാനമെന്നു പറയുമ്പോൾ എത്ര വരും? പത്താംക്ലാസിൽ അമ്പതിൽ അമ്പതുമാർക്കും കണക്കിന് വാങ്ങിയ ബാലുവിന് എത്ര കൂട്ടിയിട്ടും കിട്ടിയില്ല. രാത്രി ഉറക്കം കിട്ടാതെ, വരാൻപോകുന്ന പണം കൊണ്ട് ചെയ്യാനുള്ള പദ്ധതികൾക്കൊക്കെ ഒരു ഏകദേശപ്ലാൻ തയ്യാറാക്കി.

നഗരത്തിലെ ഏറ്റവും വലിയ കോടീശ്വരൻമാർ താമസിക്കുന്ന ആ കോളിനിക്കു കൊടുത്ത പേരുകണ്ട് ബാലുവിന്റെ ചുണ്ടിൽ ചെറു ചിരി വിരിഞ്ഞു -ഗാന്ധിഗ്രാമം. വിവിധ ഡിസൈനുകളിലെ കൂറ്റൻ വീടുകൾ ലോകത്തിന്റെ വിവിധ രാജ്യങ്ങളിലെ വാസ്തുകലകളുടെ മത്സരമായിരുന്നു. പക്ഷേ, പ്രൊഫസർ സുഗീതിന്റെ വീട് അതിൽനിന്നൊക്കെ വ്യത്യസ്തമായി നാലുകെട്ടിന്റെ ആധുനികവാസ്തു ഉപയോഗിച്ചുണ്ടാക്കിയതായിരുന്നു. ഗേറ്റിലെ പേര് കണ്ടപ്പോൾ ബാലുവിന് കടുത്ത കുറ്റബോധം വന്നുമൂടി. 'ശാന്തിഗൃഹം' ഈശ്വരാ, ഈ

വീടിന്റെ ശാന്തിയാണല്ലോ ഞാൻ കെടുത്താൻ പോകുന്നത്. കത്തിച്ചുവച്ച നിലവിളക്കുപോലുള്ള ശ്രീലക്ഷ്മിയായ ഭാര്യ, സ്നേഹനിധിയായ അരയന്നങ്ങൾ പോലുള്ള രണ്ടു പെൺമക്കൾ. നിഷ്ക്കളങ്കത കൊണ്ട് വെളുത്തു തടിച്ചുപോയ ആൺകുട്ടികൾ- അവരെയൊക്കെ താനൊരു വനിതാമാസികയിൽ കണ്ടിട്ടുണ്ട്. ഒരിന്റർവ്യൂവിൽ മൾട്ടികളർ ചെത്ത് ഫോട്ടോ. നല്ല ഐശ്വര്യമുള്ള കുടുംബം. സുഗീത് എന്ന സയന്റിസ്റ്റ് ഒരു ദുർബലനിമിഷത്തിൽ ചെയ്തുപോയ തെറ്റിന് ഇങ്ങനെ ശിക്ഷിക്കാമോ?

ഗേറ്റു തുറന്ന് വലതുകാല് വെക്കാനായുമ്പോഴേക്കും മൊബൈൽ ഫോൺ -പണിക്കോട്ടി വിളിക്കുകയാണ്.

പരിഭ്രാന്തമായ- ആക്രാന്തത്തോടെയുള്ള ശബ്ദം.

ബാലൂ, നമ്മൾ ചോദിക്കാൻ ഉദ്ദേശിച്ചത് അഞ്ചോ അതോ ആറോ?

പത്തുലക്ഷമെന്നല്ലേ ഉറപ്പിച്ചത്?

അതെ. പക്ഷെ അങ്ങനെയാണെങ്കിൽ...വേണ്ട ഒരു പന്ത്രണ്ട് ലക്ഷം തന്നെയായിക്കോട്ടെ. ഇന്നത്തെ കൊറിയറിൽ അതിനേക്കാൾ മാരകമായ ഒരു തെളിവുകൂടി കിട്ടീട്ടുണ്ട്. ഭാഗ്യം നമ്മുടെ പക്ഷത്താ. പോയി വരൂ.

ഫോൺ ഡിസ്കണക്ട് ചെയ്യുംമുൻപ് പണിക്കോട്ടി തൊണ്ടയിടറാതിരിക്കാൻ ആവുംവിധം ശ്രമിച്ചുകൊണ്ട് പറഞ്ഞു: ഞാൻ പറഞ്ഞത് മറക്കണ്ട. നമുക്ക് വിപരീതമായി എന്തു സംഭവമുണ്ടായാലും അപ്പപ്പോൾ എന്നെ അറിയിക്കണം.

കോളിംഗ് ബെല്ല് എവിടെ എന്ന് പരതുമ്പോഴേക്കും ഒരാൾ വന്നു വാതിൽ തുറന്നു.

'ആരാ?'

'ഡോക്ടർ സുഗീത് സാറിനെ...'

'പത്രത്തിൽനിന്നുള്ള ആളാണോ?'

ബാലുവിന് അഭിമാനം തോന്നി.

'അതെ.'

'സാറ് പൂജാമുറീലാ. പത്തുമിനിറ്റ് വെയിറ്റ് ചെയ്യാൻ പറഞ്ഞു.'

ജോലിക്കാരൻ സ്വീകരണമുറിയിലേക്ക് ബാലുവിനെ ആനയിച്ചു.

സ്വീകരണമുറിയിലെ ഇളംതണുപ്പും മൃദുവായ സോഫയും കാർപ്പെറ്റും ലോകപ്രശസ്തമായ പെയിന്റിങ്ങുകളുടെ റീകോപ്പി കളക്ഷനും ബാലുവിനെ അമ്പരപ്പിച്ചു. വനിതാമാസികയിൽ കണ്ട അതിസുന്ദരികളായ ആ രണ്ടുപെൺമക്കൾ ഇതുവഴിയെങ്ങാനും വരുമോ? ഹോ എന്തൊരു സൗന്ദര്യം!

തണുത്ത നാരങ്ങാവെള്ളവും മുഖത്ത് പുഞ്ചിരിയുമായി ജോലിക്കാരൻ വന്നു.

നാരങ്ങാവെള്ളം കുടിക്കുമ്പോൾ തൊണ്ടയിൽ വീണ്ടും കുറ്റബോധം. ഏതാനും മിനുട്ടുകൾക്കകം ഡോ.സുഗീതിനെകാണുമ്പോൾ വിഷയം അവതരിപ്പിക്കുമ്പോൾ ഏതു വിധത്തിലാവും അയാൾ പ്രതികരിക്കുക. ഹാർട്ടിനു വല്ല അസുഖവുമുള്ള ആളാണെങ്കിൽ...

ഒരുറപ്പിന് വേലക്കാരനുമായി ബാലു സൗഹാർദ്ദത്തിലായി. ബാലു ഒരു കുറ്റാന്വേഷണനോവലിന്റെ ആരാധകനുമാണല്ലോ.

സൂത്രത്തിൽ നടത്തിയ സംഭാഷണത്തിൽ പ്രധാനപ്പെട്ട രണ്ടുവിവരങ്ങൾ ബാലു കരസ്ഥമാക്കി.

1. ഈശ്വരാധീനംകൊണ്ട് സുഗീത് സാറിന് ഒരസുഖവുമില്ല.

2. മക്കളൊക്കെ പണ്ടേ അമേരിക്കയിൽ സെറ്റില് ചെയ്ത് അവിടെ കല്യാണം കഴിച്ച് അവിടത്തെ പൗരത്വം സ്വീകരിച്ചു കഴിയുകയാ.

അപ്പോ മാസികയിൽ സെറ്റുംമുണ്ടും മുല്ലപ്പൂവുമൊക്കെയിട്ട്....

ഓ അതു കേരളത്തിൽ വിസിറ്റ് ചെയ്തപ്പോളെടുത്ത ഫോട്ടോവല്ലേ. ആ ഡ്രസ്സ് ഇടാൻ എത്ര നേരമാ കുട്ടികളെടുത്തത്. മുല്ലപ്പൂവിൽനിന്ന് എന്തോ കടിച്ച് ഇളയകുട്ടിക്ക് ചൊറിച്ചിലും അലർജിയുമായി. അവൾക്ക് ഈ കേരളം ഒട്ടും ഇഷ്ടല്ല. കൊതുകുകളുടെ സ്വന്തം നാട് എന്നാണവള് പറയ്വാ.

ലോകത്തിലെ എല്ലാ കാര്യത്തെക്കുറിച്ചും നമ്മൾ ചർച്ച ചെയ്യും. രാത്രി മുഴുവൻ കൊതുകുകടികൊണ്ട് ചൊറിഞ്ഞുമാന്തും. ഇതാണല്ലോ മലയാളി.

അപ്പോഴേക്കും അകത്തുനിന്നും ഒരാളെത്തി.

നോക്കുമ്പോൾ സുഗീത് സാർ. ഫോട്ടോയിൽ കണ്ടതിനെക്കാൾ തേജസ്സുള്ള മുഖം. കണ്ണുകൾക്ക് എന്തൊരു വശ്യത. മുഖം എന്തൊരു സാത്വികം. സ്വർണ്ണനെറം.

സുഗീത് സാർ തൊഴുതു: പത്രത്തിൽനിന്നല്ലേ?

എല്ലാ പിരിമുറുക്കങ്ങളും അടക്കിവെച്ച് ബാലു എഴുന്നേറ്റു.

'വരൂ...'അദ്ദേഹം ഹാർദ്ദമായി അകത്തേക്കു ക്ഷണിച്ചു. 'നമുക്ക് എന്റെ പേഴ്സണൽ റൂമിൽനിന്നു സംസാരിക്കാം. അവിടെയാവുമ്പം കുറേക്കൂടി കംഫർട്ടബിളാണ്. വരൂ.'

ബാലുവിന് ഉള്ളിൽ ഖേദം തിരയടിച്ചു.

ഈശ്വരാ, പട്ടുപോലുള്ള ഈ മനുഷ്യനെയാണല്ലോ ഞാൻ പുഴുങ്ങാൻ കൊണ്ടുപോകുന്നത്. ഇതിന്റെ പാപം ഞാൻ ഏതു പുണ്യസ്ഥലത്ത് ഇറക്കിവെക്കും?

പേഴ്സണൽ റൂം ഒരു മഹാപ്രപഞ്ചമായി ബാലുവിനു തോന്നി. പലവിധ കമ്പ്യൂട്ടറുകളാലും സാങ്കേതികോപകരണങ്ങളാലും തിങ്ങി നിറഞ്ഞ ഒരത്ഭുത പ്രപഞ്ചം. തന്റെ മലയാളം എം.എ ഇതിനകത്ത് ഏതുനിമിഷവും ശ്വാസംമുട്ടി ചത്തുപോകാം.

റൂം അടച്ചതിനുശേഷം അദ്ദേഹം ഹൃദയം തുറന്നു:

സമയം ഒട്ടുമുണ്ടായിട്ടല്ല. പക്ഷേ, പത്രത്തിൽനിന്നാണെന്നു പറഞ്ഞപ്പോൾ സമ്മതിച്ചതാണ്. ഇന്റർവ്യൂവിന് സമയം തരണം എന്നു നിങ്ങളുടെ ചീഫ് എഡിറ്റർ മിസ്റ്റർ പണിക്കോട്ടി വിളിച്ചുപറഞ്ഞപ്പോൾ മറുത്തൊന്നും പറയാൻ കഴിഞ്ഞില്ല. ഒരല്പം പബ്ലിസിറ്റി ക്രെയിസ് ഉണ്ടെന്ന് കൂട്ടിക്കോളൂ. ആ വിമൻസ്മാഗസിനിൽ വന്ന ഇന്റർവ്യൂവിന് തന്നെ എന്തൊരു റെസ്പോൺസാ. നിങ്ങൾ അത്രയ്ക്കു വരില്ലെങ്കിലും ഈ ടൗൺഷിപ്പിൽ നല്ല സർക്കുലേഷനുള്ള പത്രമാണല്ലോ.

ബാലു സങ്കോചത്തിൽനിന്ന് ഇത്തിരി വിടുതി നേടി.

പക്ഷേ, എവിടെ എങ്ങനെ തുടങ്ങണം എന്നറിയാതെ ആശയക്കുഴപ്പത്തിലാണ് ബാലു. 'പന്ത്രണ്ടുലക്ഷം താ, അല്ലെങ്കിൽ പത്രത്തിൽ നിങ്ങടെ മറ്റേതൊക്കെ വരും. ഉടനെ പോണം' എന്നൊന്നും തുടങ്ങാൻ പറ്റില്ലല്ലോ. ഈ മനുഷ്യന്റെ ശിശുസഹജമായ ചിരിയും ഭാവവും കാണുമ്പോൾ വിഷയത്തിന്റെ അകത്തേക്കു കയറിപ്പോകാനുള്ള വാതിലും കിട്ടുന്നില്ല.

ഡോ.സുഗീത് തന്നെ ഇന്റർവ്യൂ ചെയ്യാൻ വന്ന ആ ചെറുപ്പക്കാരനോട് സ്വയം അഭിമാനത്തിൽ രോമഹർഷിതനായി വിശദീകരിച്ചുകൊണ്ടിരിക്കുകയാണ്.

അറിയാലോ, ഞാൻ പഠിച്ചതും വളർന്നതുമൊക്കെ കൂടുതലും പുറത്താ. ബയോടെക്നോളജിയിലാണ് ഡോക്ടറേറ്റെങ്കിലും എനിക്ക് ഇൻഫർമേഷനിലും വലിയ താല്പര്യമായിരുന്നു. നമ്മുടെ നാട്ടിൽ കമ്പ്യൂട്ടറെന്നൊക്കെ കേൾക്കുമ്പോഴേക്കും ഞാൻ അതു കണ്ട ആളാണ്. നൊടിയിട വ്യത്യാസത്തിനാണ് വിൻഡോസിൽ ബിൽഗേറ്റ്സ് പേറ്റന്റ് എടുത്തുകളഞ്ഞത്. ഇല്ലെങ്കിൽ നമ്മുടെ ഇന്ത്യയ്ക്കുതന്നെ ഒരഭിമാനമായേനെ. പിന്നെ കോടികളുടെ വരവല്ലേ. ഇപ്പോൾ സാറ്റലൈറ്റ് കമ്യൂണിക്കേഷൻസുമായി ബന്ധപ്പെട്ട സുപ്രധാനമായ ഒരു തിസീസിന്റെ പണിയിലാ. മക്കളൊക്കെ പുറത്താ. ഞാൻ മിക്കവാറും ടൂറിലും. വെസ്റ്റ് ജർമ്മനിയിൽനിന്നു കഴിഞ്ഞ ആഴ്ച എത്തിയതേയുള്ളു. എന്തൊക്കെ പറഞ്ഞാലും എനിക്കീ മണ്ണിലെത്തുമ്പോൾ മുടിഞ്ഞ സുഖമാ. സ്കോച്ച് വീശി വീശി മടുക്കുമ്പോൾ നല്ല നാടൻ കിട്ടുമ്പോഴുള്ള ഒരു സുഖമുണ്ട്.

നാടൻപെണ്ണും അല്ലേ?– ബാലു വിചാരിക്കുന്നു. ഇങ്ങനെയങ്ങ് ഇട പെട്ട് തുടങ്ങിയാലോ. പക്ഷെ, ബാലു മിഴിച്ചുനിൽപ്പാണ്.

എനിക്ക് പേര് അങ്ങ് പുറത്താണെങ്കിലും നാട്ടിൽ ആർക്കുമറിയില്ല. ഇക്കാര്യം പറഞ്ഞ് കഴിഞ്ഞ ഒരൊത്തുകൂടലിൽ ഇൻഫോസിസിന്റെ നാരായണമൂർത്തി കണക്കിനു കളിയാക്കി. നല്ല ഫലിതപ്രിയനാ. ഇന്നലെ നിങ്ങടെ മിസ്റ്റർ പണിക്കോട്ടി വിളിച്ചപ്പോൾ ഞാനാകെ ത്രില്ലിലായി. നാട്ടിലും പരിസരത്തും നമ്മളൊന്നറിയട്ടെ. ശരിയല്ലേ.?

ഇത്രയും വലിയ മഹാനായ ഒരു മനുഷ്യന്റെ ദിവ്യതേജസ്സിനെ ഈശ്വരാ, ഞാനെങ്ങനെയാണ് പ്രതിരോധിക്കുക- ബാലുവിന്റെ മനസ്സ് ഞെരുങ്ങി വേദനിച്ചു. എന്തൊരു പതനം. ഇദ്ദേഹത്തിന്റെ വിനയത്തിനു മുന്നിൽ ഈശ്വരാ, ഈ അല്പപ്രാണിയായ ഞാൻ എങ്ങനെയാണ് തുടങ്ങുക. ഞാൻ ഇങ്ങനെയായിപ്പോയല്ലോ. വ്യക്തിത്വവികസനത്തെപ്പറ്റിയുള്ള കുറച്ചു പുസ്തകം വാങ്ങിവായിക്കണം.

ഡോ.സുഗീത് തന്റെ ആത്മകഥ സ്വയം രസിച്ചു ലയിച്ചു പറയുകയാണ്. റഫറൻസായി പറഞ്ഞ രാജ്യങ്ങൾ, പേരുകൾ- പലതും ബാലു ആദ്യമായി കേൾക്കുകയാണ്.

ഇടയ്ക്ക് ഒന്നു നിർത്തി സുഗീത് ക്ഷമാപണത്തോടെ ചോദിച്ചു : ക്ഷമിക്കണം. താങ്കൾക്കു കുടിക്കാൻ...

ബാലു 'വേണ്ട' എന്നു പറയാൻ ശ്രമിച്ചെങ്കിലും ആ അർത്ഥത്തിലുള്ള ആംഗ്യം മാത്രമേ പുറത്തുവന്നുള്ളു.

ബാലുവിന്റെ തല വിങ്ങുന്നു.

എന്നു പറഞ്ഞാലെങ്ങനെ? നേരത്തെയുള്ള നാരങ്ങാവെള്ളത്തിന്റെ ഇഫക്ടൊക്കെ പോയിട്ടുണ്ടാവും.

റിവോൾവിംഗ് ചെയറിൽനിന്നു തിരിഞ്ഞ് അദ്ദേഹം നേരെ കമ്പ്യൂട്ടറിന്റെ ഭാഗത്തേക്കു പോയി ഒരു ബട്ടനിൽ വിരലമർത്തി.

നോക്കുമ്പോൾ മോണിറ്ററിൽ ജോലിക്കാരൻ.

ങ്ഹാ...ചന്ദ്രാ കുടിക്കാനെന്തെങ്കിലും വേണം. കഴിഞ്ഞ തവണ ഞാൻ സ്പെയിനിൽനിന്നു കൊണ്ടുവന്ന പൊട്ടിക്കാത്ത ജ്യൂസ് ടിന്നില്ലേ, ഫ്രിഡ്ജിൽനിന്ന് അതെടുത്തോളൂ. താക്കോൽ സ്റ്റാൻഡിനടിയിലുണ്ട്.

മോണിറ്റർ ഓഫാക്കി ബാലുവിനു നേരെ തിരിഞ്ഞ് സൗഹാർദ്ദപൂർവ്വം ചിരിച്ചു സുഗീത്..'പേടിക്കേണ്ട, പഴക്കെ വരാത്ത ഒരുതരം കോക്ക്ടെയിൻ സോഫ്റ്റ് ഡ്രിങ്ക്സാണ്. സ്പെയിനിലെ പ്രത്യേകതരം പഴങ്ങൾ ചേർത്തുണ്ടാക്കിയത്. ഫ്രീസറിൽ വെച്ചാൽ ഒരു വർഷം വരെ കേടുകൂടാതെ കിടക്കും. ഞാനെവിടെയാ നിർത്തിയത്...ങ്ഹാ...സാറ്റ

ലൈറ്റ് കമ്യൂണിക്കേഷൻസിന്റെ ചില പരിമിതികളെ മറികടക്കാനുള്ള സോഫ്റ്റ് വെയർ. ഇനിയുള്ള വാർമുഴുവൻ സാറ്റലൈറ്റാവും നിയന്ത്രിക്കുക. ഇന്ത്യയൊക്കെ എത്ര സ്ലോ ആണെന്നറിയാമോ?

ബാലു വിചാരിച്ചു.

ദൈവമേ, ഈ സോഫ്ട്‌വെയറിനും കെമിക്കൽ എഞ്ചിനീയറിങ്ങിനുമിടയിൽ എവിടെനിന്നാണ് വന്നകാര്യം തുടങ്ങിവെക്കുക. 'കാര്യം ഇതൊക്കെയാണെങ്കിലും നിങ്ങൾ നടത്തുന്ന സ്ത്രീപീഡനങ്ങൾ നമ്മുടെ ആർഷഭാരതസംസ്കാരത്തിന് ഒട്ടും ചേർന്നതല്ലല്ലോ' എന്നങ്ങ് തുടങ്ങിയാലോ.

ആ തുടക്കവും പോരാ.

'കാര്യം ഇതൊക്കെ ശരി, നിങ്ങൾ നമ്മുടെ സദാചാരസംഹിതയിലും ലൈംഗികമൂല്യങ്ങളിലും വിശ്വസിക്കുന്നുണ്ടോ' എന്നാരംഭിച്ചാലോ.

സുഗീത് ആത്മാഭിമാനത്തോടെ ഓരോരോ വർത്തമാനങ്ങളിൽ ഇഞ്ചോടിഞ്ച് മുന്നേറുകയാണ്. ടീവിയിൽ സാറ്റലൈറ്റ് വിടുന്നതു കണ്ട കുട്ടിയെപ്പോലെ ബാലു സ്തംഭിച്ചിരിക്കുകയും.

നാളുകൾക്കു മുമ്പ് ഞങ്ങൾ കുറച്ചു സുഹൃത്തുക്കളായ സയന്റിസ്റ്റുകൾ സൈപ്രസിൽ ഒന്ന് ഒത്തുകൂടി. ഒരു നേരമ്പോക്ക്, വ്യക്തികളുടെ സ്വകാര്യത- ഇതാണ് ഞങ്ങളുടെ വിഷയം. കുറേ പേപ്പറുകൾ അവിടെ അവതരിപ്പിക്കപ്പെട്ടു.

വാതിലിൽ ആരോ മുട്ടുന്നു.

സുഗീത് കീബോർഡിൽ വിരലമർത്തി. മോണിറ്ററിൽ ചന്ദ്രൻ.

'സാർ ഡ്രിങ്കെടുത്തു.'

അദ്ദേഹം സ്വയം വാതിൽ തുറന്ന് ട്രേ വാങ്ങി.

ഒരു കള്ളച്ചിരിയടക്കിക്കൊണ്ട് ബാലുവിനോടായി പറഞ്ഞു: ഞാൻ ചന്ദ്രനെയൊന്നും ഇതിനകത്ത് കയറ്റാറില്ല. നമ്മളില്ലാത്ത തക്കത്തിന് ഈ കമ്പ്യൂട്ടറിലോ മറ്റ് വലിക്ക്യോ തിരിക്ക്യോ ചെയ്ത് കേടാക്കും. കുടിക്കൂ...

ബാലു ചുണ്ടിൽവെച്ച പാനീയത്തിനു തേനിനേക്കാൾ രുചി.

സൈപ്രസിൽ മുഖ്യമായും രണ്ടും അന്വേഷണങ്ങളാണ് ഞങ്ങൾ സയന്റിസ്റ്റുകൾ മുന്നോട്ടുവെച്ചത്. ഫിലോസഫിയോട് താല്പര്യമുള്ളതുകൊണ്ട് ഞാൻ എല്ലായ്പ്പോഴും അത്തരമൊരു രീതിയിലാണ് വിഷയത്തെ സമീപിക്കാറ്. വ്യക്തികളുടെ സ്വകാര്യത ഇല്ലാതാവണം എന്നാണ് പൊതുവെ ഞങ്ങൾക്ക് യോജിച്ച മേഖല.

ബാലു വിചാരിച്ചു- ഇതിൽ അല്പം സെക്സുണ്ടല്ലോ. വിഷയ

ത്തിലേക്ക് കടന്നാലോ.

അപ്പോഴേക്കും മറ്റൊരു സബ്ജക്ടിലേക്ക് ചാടി.

പക്ഷേ, സാറ്റലൈറ്റിൽ സ്ഥിരമായി മനുഷ്യസഹായം വേണം. ശരിക്കു പറഞ്ഞാൽ മനുഷ്യരുടെ ഏകദേശ അളവിലെങ്കിലും ബുദ്ധിയുള്ള കുരങ്ങുകളെയാണ് വേണ്ടത്. പക്ഷേ, പടച്ച തമ്പുരാൻ കുരങ്ങുകളുടെ ബ്രെയിൻ, കോഡിലൊന്നും അത്തരമൊരു ഡവലപ്മെന്റ് നടത്തിയിട്ടില്ല. പക്ഷേ, കൺവെൻഷനു ബയോടെക്കിൽ സാധ്യത തെളിഞ്ഞുവന്നിട്ടുണ്ട്. മനുഷ്യനെ കുരങ്ങാക്കുക. ബ്രെയിൻകോഡിൽ നമുക്ക് ആവശ്യമുള്ള കോഡിലൊന്നും സാരമായ മാറ്റം വരുത്താതെ.

പാനീയത്തിന്റെ അവസാനത്തെ ഇറക്കിൽ ബാലുവിന് തരിപ്പുകയറി. ചുമയോടു ചുമയായി.

ഒന്നുനിർത്തി സുഗീത് ക്ഷമ ചോദിച്ചു: സോറി, ഞാൻ താങ്കളെ ബോറടിപ്പിക്കുന്നുണ്ടോ?

ഇല്ലെന്ന് ഒരുവിധം തലയാട്ടി ബാലു.

ങ്ഹാ, ഞാനെവിടെയാ പറഞ്ഞുനിർത്തിയത് - കൺവെർഷന്റെ കാര്യം. ഞങ്ങടെയന്വേഷണത്തിൽ ആവശ്യത്തിനു ബുദ്ധിയുണ്ടായിട്ടും യാഥാസ്ഥിതിക സമീപനംകൊണ്ട് ഒട്ടും മുന്നോട്ടു പോകാത്ത ഒരു വിഭാഗമുണ്ട്. അപസർപ്പകലൈംഗിക അധോലോകവും പീഡനകഥകളുമായി നേരംപോക്കുന്ന വലിയൊരു വിഭാഗം കേരളത്തിലാണ്. കുരങ്ങിലേക്കുള്ള ഈ കൺവെർഷന് ഏറ്റവും ചേർന്ന ബ്രെയിൻ സെറ്റാണ് അവരുടേത്.

ബാലുവിന് എന്തോ അപകടം മണത്തു. പണിക്കോട്ടിയെ മൊബൈലിൽ വിളിക്കണോ?

ലോകം വളരുന്നതൊന്നുമറിയാതെ ചെറിയ ചെറിയ സംഘങ്ങളായിനിന്ന് കുശുകുശുക്കുകയും രാഷ്ട്രീയവർത്തമാനങ്ങലും മൂല്യചർച്ചയുമാണെന്ന നാട്യത്തിൽ വ്യക്തിപരമായ വൈകല്യങ്ങൾക്ക് സൈദ്ധാന്തികചരായ പകരുന്ന ബുദ്ധിജീവികളായാൽ ഈ കൺവെർഷന് ഏറ്റവും നല്ലത്. ചെറിയചെറിയ മനുഷ്യരുടെ ഈ വലിയ സംഘം സത്യത്തിൽ ഞങ്ങൾ സയന്റിസ്റ്റുകൾക്കുമേൽ ഇത്തരം കൺവെർഷന്റെ പണി എളുപ്പത്തിൽ സാധ്യമാക്കുന്നു. തന്നെത്തന്നെ ചോദ്യം ചെയ്യാത്ത ഇത്തരം ബ്രെയിൻകോഡ് പെട്ടെന്ന് പരിവർത്തനത്തിനു വഴങ്ങും. അതിന് താങ്കൾ കഴിച്ചതുപോലൊരു പാനീയം മാത്രമേ ഞങ്ങൾ സയന്റിസ്റ്റുകൾക്ക് ആവശ്യമുള്ളു.

ബാലു ഞെട്ടിത്തരിച്ചു.

ഡോ.സുഗീത് പൊട്ടിച്ചിരിച്ചു: ഇനി തൊണ്ടയിൽ കൈയിട്ട് ഛർദ്ദി

ക്കുകയൊന്നും വേണ്ട. ഞാൻ തമാശ പറഞ്ഞതാണ്.

ങ്ഹാ ഇനി വിഷയത്തിലേക്ക് മടങ്ങാം. വ്യക്തികളുടെ സ്വകാര്യത എന്നത് ഇനിയുള്ള കാലത്ത് ഒരു മിത്ത് മാത്രമായി മാറാൻ പോവുകയാണ്. ഇന്നിപ്പം ഏത് ഇടങ്ങളിലും ക്യാമറ ചെല്ലാം. ഒരു മൊട്ടുസൂചി കുത്താനുള്ള ഇടം മതി. പക്ഷേ, ഇതു ഗുണകരമായ റവല്യൂഷനായിട്ടാണ് നമ്മളെടുക്കേണ്ടത്. ആവശ്യമില്ലാത്ത കുറേ സ്വകാര്യതകൾ നമുക്കെന്തിനാണ്? സത്യം നമ്മളെ സ്വതന്ത്രമാക്കും എന്നാണല്ലോ മഹാത്മാഗാന്ധിപോലും പറഞ്ഞത്. ഞാനും ഫ്ളോറൻസിലെ വിൽകീരിയൻ ബ്ലൈക്കുംകൂടി ഇതിനൊരു സാറ്റലൈറ്റ് ഡെഫനിഷൻ കൊടുത്തുകഴിഞ്ഞു. സാറ്റലൈറ്റ് കണ്ണിന് കെട്ടിടത്തിനകത്ത് ചുവരും തുളച്ച് കയറാവുന്ന ഒരു കണ്ടുപിടുത്തം. അപ്പർവ്യൂയെ സൈഡ് വ്യൂവായി അപ്ഗ്രേഡ് ചെയ്യാൻ കഴിയുന്ന എക്സിപെരിമെന്റിനെ ഞങ്ങൾ ലക്ഷ്യത്തിലെത്തിച്ചു കഴിഞ്ഞു. സൈപ്രസ് മീറ്റിങ്ങിൽ വന്ന 'വ്യക്തികളുടെ സ്വകാര്യത'യെപ്പറ്റി പറഞ്ഞുവല്ലോ. എന്റെ സുഹൃത്തുക്കളായ സയന്റിസ്റ്റുകൾ ഒരു ബെറ്റ് വെച്ചു. അതിന്റെ ആദ്യത്തെ ഇര താൻതന്നെയാവുമെന്ന് ഞാൻ പറഞ്ഞു. എന്റെ അറിവുവെച്ച് ഞാനത് ബ്രേക്ക് ചെയ്തു കാണിച്ചുതരാമെന്ന്. പന്തയം എത്രയ്ക്കാണെന്നോ. പത്തു ലക്ഷം ഡോളർ. പന്തയത്തിന്റെ ലാസ്റ്റ് ഡേറ്റ് നാളെയാണ്.

കേരളത്തിലെ സവിശേഷ സാമൂഹ്യസാഹചര്യങ്ങളൊക്കെ നന്നായറിയുന്ന സുഹൃത്തുക്കൾ ചെയ്ത പണിയാണ്. എന്റെ പേഴ്സണൽ ലൈഫിലെ ചില ഫോട്ടോകളൊക്കെ അവന്മാര് ചൂണ്ടി കമ്പ്യൂട്ടറിലിട്ടു. ഞാനത് ഫോളോ ചെയ്തു. സാറ്റലൈറ്റ് ഫോളോ അപ്പ്. കൂട്ടത്തിൽ പൊടി സ്പൈ വർക്കും.

പെട്ടെന്നു കയറി വന്ന് പൊട്ടിച്ചിരിക്കിടയിൽ ഡോ.സുഗീതിന് തുടർന്ന് സംസാരിക്കാൻ ഏറെനേരം വേണ്ടിവന്നു. ഒടുവിൽ അദ്ദേഹം ചിരിയമർത്തി വിശദീകരിച്ചു: ഞാൻ ചുരുക്കിപ്പറയാം.

അദ്ദേഹം റിവൈവിങ്ങ് കസേരയിൽനിന്നും ഇളകിത്തിരിഞ്ഞ് അല്പം അകലെയുള്ള കമ്പ്യൂട്ടറിനു മുന്നിൽ ചെന്നുനിന്നു. കീബോർഡിൽ വിരലമർത്തി.

ബാലുവിനുനേരെ തിരിഞ്ഞുകൊണ്ട് പറഞ്ഞു.

ഇന്നുകാലത്ത് സാറ്റലൈറ്റ് വഴി കിട്ടിയതടക്കമുണ്ട്. എല്ലാം ഞാൻ എഡിറ്റ് ചെയ്തുവെച്ചിട്ടുണ്ട്. ക്ഷമിക്കണം. ഡീറ്റെയിൽസ് അധികമുണ്ടാവില്ല.

ഒന്നും മനസ്സിലാവാതെ ബാലു എല്ലാം മറന്ന് മോണിറ്ററിൽ കണ്ണുനട്ടപ്പോൾ കണ്ടത് സെക്സികംതന്നെയായിരുന്നു.

ആദ്യരംഗം: പണിക്കോട്ടി തന്റെ അവശയായ ഭാര്യയെ കിടപ്പറയിലെ അരണ്ടവെളിച്ചത്തിൽ കേളിക്കാൻ ഒരുക്കാൻ ശ്രമിക്കുന്നു. ക്ഷുഭിതയാവുന്ന പണിക്കോട്ടിയുടെ ഭാര്യ കുട്ട്യോൾടച്ഛൻ, ഭർത്താവ് എന്നീനിലകളിലെ മോശമായ പ്രകടനത്തിന്റെപേരിൽ പൊതിരെ ചീത്ത പറയുകയും സെക്സിനുപോലും സമ്മതിക്കാതിരിക്കുകയും ചെയ്യുന്നു.

അടുത്ത ക്ലിപ്പിംഗ്: പിറ്റേന്നത്തെ പ്രഭാതം. തന്റെ വീടിന്റെ പിറകിലെ അമ്പലക്കുളത്തിൽ കുളിക്കുന്ന സ്ത്രീകളെ ഒളിഞ്ഞുനോക്കി സ്വന്തം മുണ്ടിനടിയിലേക്ക് എന്തോ കണ്ടുപിടിക്കാൻ ശ്രമിക്കുന്ന പണിക്കോട്ടി.

സ്പിരിറ്റിൽനിന്നും ഉണർന്ന ശവംകണക്കെ ബാലു എഴുന്നേറ്റു.

യാത്രയാക്കുമ്പോൾ പ്രൊഫ. സുഗീത് മൂന്ന് ചെറുകിറ്റുകൾ ബാലുവിനെ ഏൽപ്പിച്ചു: ഇത് പണിക്കോട്ടിയുടെ സ്വന്തം ആത്മകഥാസീഡി. രണ്ടാമത്തേത് കുറച്ചു പണമാണ്. പണിക്കോട്ടിക്കും താങ്കൾക്കും വീതിച്ചെടുക്കാം. നിങ്ങൾകാരണം കുറെ പണം എന്റെ അക്കൗണ്ടിൽ നാളെ വീഴും. അതിന്റെ സന്തോഷത്തിന്.

മൂന്നാമത്തേത് ഒരു തിരഞ്ഞെടുപ്പാണ്. നിങ്ങളുടെ...ആറാമത്തെ മണിക്കൂറിൽ ബാലു ഒരു കുരങ്ങായി മാറും. ഞാൻ തന്ന ഡ്രിങ്ക്സ് അതിനുള്ളതാണ്. ഞങ്ങൾ വിടാൻ പോകുന്ന സാറ്റലൈറ്റിൽ നല്ല ശമ്പളത്തിനു ഒരു ജോലിയാവും. കുടുംബം രക്ഷപ്പെടും. ആലോചിച്ചുതീരുമാനിക്കാനാണ് ആറുമണിക്കൂർ. നമ്മൾ മലയാളികൾ വളരെ ചിന്താശീലരാണല്ലോ. വേണ്ട എന്നു തോന്നുന്നുവെങ്കിൽ ഈ പാക്കറ്റിലെ ഗുളിക ഒരല്പം വെള്ളത്തിൽ വിഴുങ്ങിയാൽ മതി. ബാലു പഴയ ബാലുതന്നെ.

ഗേറ്റുവരെ ഡോ.സുഗീത് വിനയവിനീതനായി ബാലുവിനെ അനുധാവനം ചെയ്തു.

മൊബൈലിൽ ദീർഘമായി മണി മുഴങ്ങുന്നു.

ബാലുവിനറിയാം. ഏറെനേരമായിട്ടും ഒരു വിവരവുമില്ലാത്തതിൽ പരിഭവിച്ച് പണിക്കോട്ടി വിളിക്കുന്നതാണ്.

മാതൃഭൂമി ആഴ്ചപ്പതിപ്പ് 2005

സിമന്റെഡ്

നിങ്ങളൊരു അത്ഭുതമനുഷ്യൻതന്നെ.

ഞാൻ വിസ്മയം അടക്കിപ്പിടിച്ചു പറഞ്ഞു.

കേട്ടപാടെ അയാളതിനെ ഖണ്ഡിച്ചു.

സത്യത്തിൽ എനിക്ക് നിങ്ങളാണ് വിസ്മയം. ഇങ്ങനെ കാലത്തിന്റെ മാറ്റത്തിന് ഒട്ടും ചെവിയോർക്കാതെ പഴയ മൂല്യങ്ങളിലും വിശ്വാസങ്ങളിലും തെല്ലും മാറ്റമില്ലാതെ എങ്ങനെ തുടരാനാവുന്നു? മാത്രമല്ല, യു. ആർ. സ്റ്റിൽ യംങ്ങ്.

ഞാൻ കുറ്റബോധത്തോടെ പറഞ്ഞു:

സുഹൃത്തേ, എനിക്കു പ്രായശ്ചിത്തം തോന്നുന്നു. പക്ഷേ, ആ ധാരണകളുമായി പൊരുത്തപ്പെടാനാവില്ല. എനിക്കറിയാം, കാലം ഇരുപതാംനൂറ്റാണ്ടിൽനിന്ന് ഇരുപത്തിയൊന്നിലേക്കടുത്തത് ശരിക്കും ഒരു യൂടേർണാണ്. ഒരല്പം സമയം അനുവദിച്ചുതരണം. ഞാനൊരു പഴഞ്ചനാണെന്ന് സമ്മതിക്കാൻ മടിയില്ല.

അപ്പോഴേക്കും സിമന്റു പുരണ്ട കൈകാലുകളുമായി ഒരു ജോലിക്കാരനെത്തി. അയാളുടെ മുന്നിൽ വിനയാന്വിതനായി.

അതൊരു സിഗ്നലായിരുന്നു.

ജോലി കഴിഞ്ഞു.

ഞാൻ അവിശ്വസനീയമായി അയാളെ നോക്കി.

എത്ര പെട്ടെന്നാണതു തീർത്തത്. എനിക്ക് ഇത്തരമൊരു സംവിധാനത്തെപ്പറ്റി പറഞ്ഞുതന്ന ഓപ്പൺപേജിന്റെ പത്രാധിപകർ സുകാർനോവിനോട് എങ്ങനെയാണ് നന്ദി വാക്കോതേണ്ടതെന്നറിയില്ല സുകാർനോവാണ് എനിക്ക് മുന്നിൽ നിൽക്കുന്ന ഇയാളെ, മിസ്റ്റർ ഡെനിമിക്കിനെ പരിചയപ്പെടുത്തിത്തന്നത്. ഒരു പുതിയ വീടുണ്ടാക്കാൻ ഞാൻ പെടുന്ന പാട് അവനറിയാമായിരുന്നു. കൂടുതൽക്കൂടുതൽ ലളിതമാക്കാൻ ശ്രമിക്കുമ്പോഴും വീടുപണി കൂടുതൽ സങ്കീർണ്ണതയിൽ ചെന്നു മുട്ടി. ഇതിന്റെ പൊരുളറിയാതെ ബാങ്ക് ലോണും ബ്ലേഡ് പലിശയുമായി ഞാൻ നട്ടം കറങ്ങി. പാവപ്പെട്ടവൻ വീടുണ്ടാക്കുന്നതിനെ വീടുപണി എന്നല്ല വിടുപണി എന്നാണ് വിളിക്കേണ്ട

ത്. ഈ ഘട്ടത്തിലാണ് സുകാർണോയുടെ കടന്നുവരവ്.

എന്തും ഏതും ഏങ്കോണിച്ചുമാത്രം നോക്കി ശീലമുള്ള അവൻ പണിതീരാറായ വീടിനകത്തുനിന്ന് കണ്ണെത്തിച്ചു.

അവൻ പറഞ്ഞു: പണി ഏറെക്കുറെ തീർന്നല്ലോ. ഇനിയെന്താണ് ടെൻഷൻ?

തേപ്പ് കഴിയുന്നതോടെ വന്നു കിടക്കാനാവുമോ? പെണ്ണു കെട്ടാതെ സുഖിച്ചുനടക്കുന്ന നിനക്കിതു വല്ലതും മനസ്സിലാവ്വോ?

ഞാൻ ചൂടായി.

എടോ കിടപ്പുമുറിയിൽ അലമാര കിച്ചണിൽ സാധനങ്ങൾ വെക്കാനുള്ള കീബോർഡ്, കക്കൂസ് ടാങ്ക്, ടോയിലറ്റിൽ സോപ്പുവയ്ക്കാനുള്ള കൊച്ചലമാര മുതൽ പലതും നിന്റെ ശ്രദ്ധയിൽ പെടാനുണ്ട്. മരത്തിനുമാത്രം പണമെത്ര വരുമെന്നാണ് വിചാരിക്കുന്നത്. നീ ഈ താടിയൊന്നു വടിച്ചുകള. ബുദ്ധിവരും.

നിന്റെ പ്രശ്നം?

അവൻ ജ്ഞാനിയുടെ അസഹ്യതയോടെ ചോദിച്ചു.

ഇപ്പം എന്താ ഇനിയൊരടി മുന്നോട്ടു പോവില്ല.

മറ്റുള്ളവരുടെ സങ്കടം കണ്ടുനിൽക്കാനാവില്ല, ഈ ഭീകരന്.

ഉടനെ വരുന്നു മറ്റൊരു ചോദ്യം: നിന്റെ കൈയിൽ ഇപ്പോഴെത്ര പണമുണ്ട്?

നീരസം അടക്കിപ്പിടിച്ച് പറഞ്ഞു :

കൈയിലില്ല, ബാങ്കിൽ- കടം.

ഒരു കാര്യം ചെയ്യൂ, ഇപ്പോൾ നേർത്ത കോൺക്രീറ്റ് സ്ലാബും മറ്റും ഉപയോഗിച്ച് പ്രത്യേകതരം ടെക്നോളജിയുമായി ഒരു മിസ്റ്റർ ഡെനിമിക്കുണ്ട്. ഉദാഹണത്തിന് അലമാരയുടെ കാര്യമെടുക്കാം. മരം വേണ്ടേ വേണ്ട; ഒരിഞ്ചുകനത്തിൽ പണിത കോൺക്രീറ്റു സ്ലാബ് കൊണ്ടുവന്ന് ഫിറ്റ് ചെയ്യും. മിനുട്ടുകൾക്കകം നമുക്കു വേണ്ട അലമാരകളെല്ലാം റെഡി. വിലയോ, പരമതുച്ഛം! ഫെറോ സിമന്റ് വർക്ക് എന്നോ മറ്റോ ആണ് അതിന്റെ പേര്.

ആ ആലോചനയാണ് ദൈവസമാനനായി ഡെനിമിക്കിനെ ഇവിടെ എത്തിച്ചത്. ട്രേഡ് കൊണ്ട് സിവിൽ എഞ്ചിനീയറായ ഡെനിമിക് പക്ഷേ, ഏതു പ്രൊഫഷനലിലും പരീക്ഷണവും തന്റേതായ നിലപാടും വേണമെന്ന പക്ഷക്കാരനാണ്. പണിതുതീരാറായ എന്റെ വീടിനകം കണ്ണുകൊണ്ട് ആകെയുഴിഞ്ഞ് ഡെനിമിക് പുച്ഛത്തോടെ പിറുപിറുത്തു : വേസ്റ്റ്...വേസ്റ്റ്...വെറും വേസ്റ്റ്.

ഞാൻ ആശയക്കുഴപ്പത്തിലായി.

കാര്യമെന്തെന്ന എന്റെ ചോദ്യത്തിന് ആദ്യമൊക്കെ ഡെനിമിക് ഒഴിഞ്ഞുമാറി.

നിർബന്ധിച്ചപ്പോൾ അയാൾ പുരികം ചുളിച്ചു. വീടുനിർമാണത്തിൽ നിങ്ങളുപയോഗിച്ച മെറ്റീരിയലുകൾ അതുണ്ടാക്കിവെച്ച നിങ്ങളുടെ സാമ്പത്തിക നഷ്ടങ്ങൾ അതിനെപ്പറ്റിയൊക്കെ ഓർത്തുപോയതാണ്. സാരമില്ല, നമ്മൾ കണ്ടുമുട്ടാൻ വൈകി.

മനസ്സിലാകാതെ ഞാൻ മിഴിച്ചുനിന്നപ്പോൾ ഡെനിമിക് വിശദീകരണസന്നദ്ധനായി.

ഉദാഹരണത്തിന് നിങ്ങൾ ഉപയോഗിച്ചിരിക്കുന്ന കട്ടിലുകൾ, ജനാലഫ്രെയിമുകൾ- വീടിന്റെ മൊത്തം എക്സ്പെൻസിന്റെ വൺബൈതേഡ് വരും; ഇല്ലേ?

ഞാൻ അത്ഭുതത്തോടെ ശരിവെച്ചു.

ഒരു മാന്ത്രികനെപ്പോലെ അദ്ദേഹം നാടകീയമായി കണ്ണടയ്ക്കുകയും എന്തോ ഓർത്ത് തലയാട്ടുകയും ചെയ്തു.

വേസ്റ്റ് എന്നുഞാൻ പറഞ്ഞത് ഇതിനൊക്കെയാണ്. കാട്ടിൽനിന്ന് മരം വെട്ടിക്കൊണ്ടിരിക്കും. അതുകൊണ്ട് വീടുപണിയും. എന്നിട്ട് വനനാശത്തെക്കുറിച്ചും പരിസ്ഥിതിയെക്കുറിച്ചും നമ്മൾ വാതോരാതെ സംസാരിക്കും. ഏം ഐ റൈറ്റ്?

ആളു കൊള്ളാമല്ലോ. വിദ്യാഭ്യാസമുണ്ടെങ്കിലും ഇത്തിരി പരിസരബോധമുണ്ട്.

മലയാളി എല്ലാറ്റിനെക്കുറിച്ചും രോഷം കൊള്ളും. സ്വയം ശരിയാണോ എന്നൊരിക്കലും ചിന്തിക്കില്ല. ചിന്തിച്ചാലും തീരുന്നില്ല. തിരുത്തിയാലും അതു നേരാംവിധമാവില്ല.

പറഞ്ഞുവരുമ്പോൾ ഡെനിമിക്കിനു ഒരു തത്വചിന്തകന്റെ ഛായ.

പ്രവർത്തനമാണ് നമുക്കു വേണ്ടത്. അല്ലാതെ വാചകമടിയല്ല.

ഞാൻ മേനിപറയുകയല്ല. ഉദാഹരണത്തിന് എന്നെ നോക്കൂ. സിവിൽ എഞ്ചിനിയറാണ് പ്രവൃത്തികൊണ്ട്. കർമ്മംകൊണ്ടോ, ഞാനൊരു സാമൂഹിക ശാസ്ത്രജ്ഞനും(എന്നെ ഞാനങ്ങനെയാണു വിളിക്കുക -ഡെനിമിക് സ്വയം ആസ്വദിച്ച് ചിരിക്കുന്നു. ഉടൻ ഗൗരവത്തിലേക്കു തിരിച്ചുവരുന്നു) എപ്പോഴും പരീക്ഷണങ്ങളിലും പ്രയോഗങ്ങളിലും മുഴുകുന്നു ഞാൻ. വൈദ്യം, ഫിലോസഫി, ആന്ത്രപ്പോളജി, പൊളിറ്റിക്സ് എല്ലാം എന്റെ വരുതിയിൽ വരുന്നു. ലൈല എന്റെ കൾച്ചറൽ സ്റ്റഡിതന്നെ മൂവായിരം പേജിൽ വരും. പുസ്തകമാക്കാനുള്ള തയ്യാറെടുപ്പിലാണ്.

വിസ്മയഭരിതമായി നോക്കിനിൽക്കേ, അയാൾ തന്റെ ആശയങ്ങ

ളുടെ അതിവിശാലമായ ഭൂഖണ്ഡങ്ങളിലേക്ക് എന്നെ കൂട്ടിക്കൊണ്ടുപോയി.

പ്ലാറ്റോവാണ് എന്നെ ആദ്യം ആകർഷിച്ചത്. പക്ഷെ, വലിയ തിരുത്തലുകളൊന്നും അരിസ്റ്റോട്ടിലിനു ചെയ്യാൻ കഴിഞ്ഞിട്ടില്ല. ബട്ട് ഇറ്റ് വാസ് ടൂ സിംപിൾ. ചരിത്രത്തിന്റെ നെടുംപാതയിൽ ഒളിഞ്ഞുകിടന്ന ചില ഷോർട്ട് കട്സ്. നിർഭാഗ്യവശാൽ അവർക്കൊന്നുമത് കണ്ടെത്താൻ കഴിഞ്ഞില്ല.

എന്റെ ആശയക്കുഴപ്പം ഡെനിമിക്കിനെ ആവേശഭരിതനാക്കി.

ഞാൻ പ്ലാറ്റോയെ ഖണ്ഡിക്കുന്ന ഒരധ്യായമുണ്ട്. ഉദാഹരണത്തിന് അതെടുക്കാം. കവിതകളുടെയും സംഗീതത്തിന്റെയും കാര്യത്തിൽ പ്ലാറ്റോ എടുത്ത നിലപാടുകൾ അഴകൊഴമ്പനും വൃത്തിഹീനവുമായിരുന്നു. കവിതയും സംഗീതവും ഈ ലോകത്തുനിന്നു നിഷ്കാസനം ചെയ്യേണ്ടതായിരുന്നു. മലമ്പനി, മസൂരി, പോളിയോ, ഇങ്ങനെ എത്രയോ മഹാരോഗങ്ങളെ നാം ഭൂമുഖത്തുനിന്ന് തുടച്ചുനീക്കി. എന്തുകൊണ്ട് കവിതയുടെയും സംഗീതത്തിന്റെയും കാര്യത്തിൽ സോഫ്റ്റ് കോർണർ? വേസ്റ്റ്! ഇക്കണോമിക്സും കവിതയും തമ്മിൽ പുലബന്ധമില്ല. എന്നിട്ടും മാർക്സ് പുഷ്കിൻ കവിതകൾ വായിച്ച് സമയം പാഴാക്കി. ചെഗുവേരയ്ക്കും വീക്കനസ് കവിതതന്നെ. നെഹ്റു സുബ്ബലക്ഷ്മിയുടെ മുന്നിൽ പോയി ഓച്ഛാനിച്ചുനിന്നു. എന്തിന്? എനിക്കു മനസ്സിലാകാഞ്ഞിട്ട് ചോദിക്കുകയാണ്. രാജ്യം ഭരിക്കുന്ന ഒരു പ്രധാനമന്ത്രിയാണെന്നോർക്കണം. ഇങ്ങനെ ചില പാളിച്ചകൾ നമ്മുടെ ചിന്താസരണയിലുണ്ടാക്കിയ രോഗാത്മകത വളരെ കൂടുതലാണ്. ഇതിനെ ലംഘിച്ച് മുന്നേറുന്നതാണ് എന്റെ സ്റ്റഡീസ്. അതിന്റെ ആദ്യപടി എന്ന നിലയിലാണ് വീടുനിർമ്മാണത്തിലെ ഈ മെറ്റീരിയലുകൾ എന്നു പറഞ്ഞാൽ താങ്കൾക്ക് മനസ്സിലാകുമോ എന്തോ.

പെട്ടെന്ന് ഡെനിമിക് രതിമൂർച്ഛയിലെന്നവണ്ണം കണ്ണുകൾ ഇറുകെ പൂട്ടി.

കോൺക്രീറ്റ്!വൗ! ആ പേരിൽത്തന്നെ ഒരു സമഗ്രതയുണ്ട്. ലോകത്തിന്റെ സമസ്തപ്രശ്നങ്ങൾക്കും പരിഹാരമുണ്ട്. മൂർത്ത എന്നു നമ്മൾ മലയാളത്തിൽ പറയും. ഏതു രൂപങ്ങൾക്കനുസരിച്ചും പാകപ്പെട്ടും രൂപപ്പെട്ടും അടിയുറച്ച വിശ്വാസംപോലെ ഒന്നുകൊണ്ടും കോറിവരയ്ക്കാൻ കഴിയാതെ, ഇളക്കാൻ കഴിയാതെ, ഒന്നിനുമുന്നിലും അലിഞ്ഞുപോവാതെ അനങ്ങാപ്പാറ പോലെ നൂറ്റാണ്ടുകൾ നിലകൊള്ളും. ചിതലുപിടിക്കില്ല. നനഞ്ഞുകേടാവില്ല. ദേ, നിങ്ങളുപയോഗിച്ച ഈ കട്ടിലകളുണ്ടല്ലോ, എന്തുമാത്രം വേസ്റ്റാണെന്നറിയാമോ? കോൺക്രീറ്റ്

കട്ടില ഉപയോഗിച്ചെങ്കിൽ! ജനൽ, അലമാരകൾ, സ്റ്റാന്റുകൾ, കിച്ചൺ ബോർഡുകൾ, സെപ്റ്റിക് ടാങ്കുകൾ, ചാരുപടികൾ, ഊതപ്പലക, ഗേറ്റ്, പടിപ്പുര, മതിലുകൾ, കോൺക്രീറ്റ് കൊണ്ടുള്ള നിരവധി പ്രൊഡക്ടു മായി ഞാൻ ലോഞ്ചു ചെയ്തുകഴിഞ്ഞു. ഫോർ എക്സാമ്പിൾ: മതി ലുകളെന്നൊക്കെ പറഞ്ഞാൽ അരയിഞ്ച്, മുക്കാലിഞ്ച് സ്ലാബുകൊ ണ്ടാണെങ്കിലും അതൊരിക്കലും അറിയില്ല. ബുൾഡോസർ വന്നിടി ച്ചാലും തകരില്ല.

അയാൾ അല്പനേരം സ്വയം രസിച്ചു.

ദേ, ഇപ്പോൾതന്നെ ചുരുങ്ങിയ സമയംകൊണ്ട് എന്റെ കുട്ടികൾ വണ്ടിയിൽനിന്നിറക്കിയ റെഡിമെയ്ഡ് കോൺക്രീറ്റ് സ്ലാബുകളുപയോ ഗിച്ച് തുന്നും സ്ക്രൂ ചെയ്തും എത്ര പെട്ടെന്നാണ് നിങ്ങളുടെ വീട് മനോഹരമായ വാൾ അലമാരകളാലും മറ്റും നിറഞ്ഞത്. വേണമെ ങ്കിൽ നിങ്ങൾക്ക് കോൺക്രീറ്റ് കൊണ്ട് വാതിലും ഉണ്ടാക്കാം. പിന്നെ കട്ടിൽ, കസേര, എന്തിനേറെ കുഞ്ഞുങ്ങളുടെ പോട്ടിപോലും. കോൺക്രീറ്റുകൊണ്ട് പണിത വലിയ ലോകം. അതാണു സുഹൃത്തേ, എന്റെ സ്വപ്നം. ലോകത്തിന്റെ സമസ്തപ്രശ്നങ്ങളിലും ഏക പരി ഹാരം കോൺക്രീറ്റാണ്. അങ്ങനെയല്ലെന്ന് വാദിക്കാൻ വരുന്ന ഏതു സയന്റിസ്റ്റിനെയും ഞാൻ വെല്ലുവിളിക്കും.

എനിക്കെന്തെങ്കിലും എതിർത്തു പറയേണ്ടതുണ്ട്.

ഡെനിമിക്, ഈ കോൺക്രീറ്റ് വീട്ടിലെ ചൂട്...

മുഴുമിപ്പിക്കാൻ അയാൾ സമ്മതിച്ചില്ല.

ആരു പറഞ്ഞു ഈ വിഡ്ഢിത്തം. റൂഫിന് ഉയരം കൂട്ടണം. ചൂടു ണ്ടാവില്ല. കുറ്റം കോൺക്രീറ്റിൽ ആരോപിക്കരുത്. നമ്മൾ വീതിയെ പ്പറ്റി മാത്രം ചിന്തിക്കുന്നു. ഉയരത്തെപ്പറ്റിയല്ല.

ഞാൻ വായടഞ്ഞ നിലയിലായി.

കുഞ്ഞുങ്ങളെ തൂറാനിരുത്തുന്ന പോട്ടിയുടെ കാര്യത്തിലെ സംശയം എനിക്കു വല്ലാതെ വന്നുമുട്ടി.

പോട്ടി, കസേര, മേശ എന്നൊക്കെ പറഞ്ഞാൽ അതിന്റെ വെയിറ്റ്..

അയാൾ പൊട്ടിച്ചിരിച്ചു.

ഇതാണ് കോൺക്രീറ്റില് ചെയ്ത പ്രൊഡക്ടിനെക്കുറിച്ച് നിങ്ങ ൾക്കൊക്കെയുള്ള ആദ്യത്തെ തെറ്റിദ്ധാരണ. ഉള്ള് പൊള്ളയായിടണം. നിങ്ങൾ മരംകൊണ്ടുണ്ടാക്കിയ മേശ, കസേരയെക്കാൾ കനംകുറഞ്ഞ ഫർണിച്ചറുകൾ ഞാനുണ്ടാക്കി കാണിച്ചതരാം. മാത്രമല്ല, കോൺക്രീ റ്റിൽനിന്ന് അതിന്റെ വെയിറ്റിനെ ഇല്ലാതാക്കുന്നതിന്റെ ഷാർപ്പ് എക്സ്പെരിമെന്റിനിടയിലുമാണ് ഞാൻ. വിതിൻ ത്രീ ഓർ ഫോർ

ഇയേഴ്സ് ഞാനാവിദ്യ കൈവശപ്പെടുത്തിയിരിക്കും. എന്റെ പരീക്ഷണശാല കാണാൻ വരൂ. വീടാണത്. വീട് എന്റെ കല്പിത കോൺക്രീറ്റ് സമഗ്രതയുടെ മികച്ചതും വലുതായതും മഹത്തുമായ ഒരാവിഷ്ക്കാരമാണ്. താങ്കൾ വരണം. പ്ലീസ്, ഞാൻ ക്ഷണിക്കുന്നു. എപ്പോൾ എന്നു നിങ്ങൾ തീരുമാനിച്ചാൽ മതി.

പോകുംമുമ്പ് കൈ പിടിച്ച് ഹൃദ്യമായി ഡെനിമിക് പുഞ്ചിരിച്ചു.

പഠിക്കുന്ന കാലത്ത് വിപ്ലവ വിദ്യാർത്ഥി പ്രസ്ഥാനത്തിൽ ഉണ്ടായിരുന്നു, അല്ലേ?

എങ്ങനെ മനസ്സിലായി? ഞാൻ അത്ഭുതപ്പെട്ടു.

ആ കൺഫ്യൂഷൻ കണ്ടു ചോദിച്ചതാണ്.

സുഹൃത്തേ, ദയവായി വഴിതെറ്റാതെ. പാർട്ടി പ്രസ്ഥാനം എന്നൊക്കെ പറഞ്ഞ് ചർച്ച ചെയ്ത് സമയം കളയാതെ കൂടുതൽ കോൺക്രീറ്റായ നിലപാടിലേക്കു വരൂ. മറ്റുള്ളവരെയും ആ വഴിക്ക് എത്തിക്കാൻ കഴിഞ്ഞാൽ, ഏത് ഗ്ലോബലൈസേഷനെയും നമ്മൾ നേരിടും. നോക്കൂ, നിങ്ങൾ ഈ ചുറ്റുപാടുകളിലൊക്കെ ഒന്നു കണ്ണോടിച്ചുനോക്കൂ. മാർക്സും ഏംഗൽസുമൊന്നുമല്ല ഇന്നീ കാണുന്ന ലോകത്തെ മാറ്റിത്തീർത്തത്. സിമന്റാണ്. അതെ, ലോകചരിത്രത്തിന്റെ ഗതിയെ പുഷ്കലവും ധന്യവുമാക്കിത്തീർത്തത് സിമന്റാണ്.

ഒരു പ്രകമ്പനംപോലെ അയാൾ വണ്ടി സ്റ്റാർട്ടാക്കി കടന്നുപോയി. അന്തരീക്ഷത്തിൽ പാറിക്കളിക്കുന്ന സിമന്റു പൊടിയിൽ എനിക്ക് ശ്വാസംമുട്ടി.

ഡെനിമിക്ക് പോയതിനുശേഷം ഞാൻ വീടിനകത്തേക്കു നടന്നു. അങ്ങുമിങ്ങും ചിതറിയിട്ട സിമന്റ് ചാക്കിലും കമ്പിയിലും മരക്കഷണങ്ങളിലും ചെത്തുകല്ലിൻതുണുകളിലും കാലൂന്നി വീഴാതിരിക്കാൻ ശ്രമിച്ചാണ് നടപ്പ്. ഞാൻ ഡെനിമിക്കിന്റെ ബില്ല് നോക്കി. അത്ഭുതം! വളരെ തുച്ഛം! പണത്തിനല്ല, താൻ വിശ്വസിക്കുന്ന ആശയത്തിനുവേണ്ടിയാണ് ഞാനിങ്ങനെ രാപകലില്ലാതെ കഷ്ടപ്പെടുന്നതെന്ന് പറഞ്ഞതിൽ ആത്മാർത്ഥതയുണ്ട്.

അയാളെ ഈ വീടുപണിയുടെ പ്രാരംഭഘട്ടത്തിൽത്തന്നെ കണ്ടുമുട്ടാത്തതിൽ നിരാശതോന്നി. ജ്ഞാനിയാണയാൾ. പണിക്കാരായ ചില എഞ്ചിനീയർമാരെപ്പോലെ വിടുവാനോ, പിടിവാശിക്കാരനോ, കുടിലബുദ്ധിയോ അല്ല ഡെനിമിക്. കിടപ്പുമുറിയിൽ റെഡിമെയ്ഡ് കോൺക്രീറ്റ് സ്ലാബ്കൊണ്ട് പണിത അലമാരയിൽ ഞാൻ വിരലോടിച്ചു. എന്തൊരു മിനുസം! ആ മിനുസകാന്തിയിൽനിന്ന് അവാച്യമായൊരു ഊർജം എന്നിലേക്ക് പടരുന്നതായി തോന്നി. എനിക്ക് തീർച്ച

യായും അയാളെ കൂടുതൽ പരിചയപ്പെടേണ്ടതുണ്ട്. തന്റെ ആശയങ്ങൾ അത്യാവശ്യത്തോടെ പറഞ്ഞപ്പോൾ കോട്ടുവായിട്ടതുകൊണ്ടാവുമോ, അയാൾ സംഭാഷണം പെട്ടെന്നു ചുരുക്കി യാത്ര പറഞ്ഞത്? എങ്കിൽ തീർച്ചയായും അതൊരബദ്ധമായിപ്പോയി.

ഞാൻ ടെലിഫോൺ ബുക്കിൽനിന്ന് ഡെനിമിക്കിന്റെ കല്പിത കോൺക്രീറ്റ് പ്രപഞ്ചത്തെ സ്വപ്നം കണ്ടു.

അത് ഡെനിമിക് പറഞ്ഞതിനേക്കാൾ എത്രയോ മനോഹരമായിരുന്നു.

കോൺക്രീറ്റുകൊണ്ട് പണിത സൂപ്പർ ഹൈവേകൾ, അതിലൂടെ ഇരമ്പിപ്പായുന്ന കോൺക്രീറ്റ് കാറുകൾ, പാലങ്ങൾ, വിമാനങ്ങൾ, ആശുപത്രികൾ, ഓപ്പറേഷൻ തിയേറ്ററുകൾ, സർവ്വകലാശാലകൾ, ലൈബ്രറികൾ, പുസ്തകങ്ങൾ, പേനകൾ, കംപ്യൂട്ടറുകൾ എന്തിനേറെ പക്ഷികൾപോലും!

ഡെനിമിക് തന്റെ മനോഹരമായ കോൺക്രീറ്റ് ഗേറ്റിൽ എന്നെയും കാത്തുനിൽക്കുകയായിരുന്നു. കണ്ടതും അത്യാഹ്ലാദത്തോടെ വീട്ടിലേക്കു കൂട്ടിക്കൊണ്ടുപോയി. അതിവിശാലമായ ആ കൊട്ടാരത്തിൽ ഇല്ലാത്തതൊന്നുമില്ല; എല്ലാം കോൺക്രീറ്റ്മയം.

വളരെ മിനുസത്തിൽ ചെയ്ത് പെയിന്റടിച്ച ഫർണിച്ചറുകൾ, പാത്രങ്ങൾ, സോഫ, സ്റ്റാന്റുകൾ, ചിലതാകട്ടെ, മരത്തിനേക്കാൾ മരമാണെന്നു തോന്നിപ്പിച്ചു.

ഭാര്യ ചായയുമായി വന്നു.

അവർ ധരിച്ച മനോഹരമായ ആഭരണങ്ങൾ സിമന്റിൽ ചെയ്തതെന്ന് അയാൾ അത്യാഹ്ലാദത്തോടെ വിശദീകരിച്ചു.

ചായക്കോപ്പ ചൂണ്ടിപ്പറഞ്ഞു.

നിങ്ങൾത്തന്നെ പറയൂ. കണ്ടാൽ ഗ്ലാസ് ടംപ്ലർ പോലെയില്ലേ?

ഞാൻ അത്ഭുതപ്പെട്ടു.

അപ്പോൾ അതല്ലേ.

അയാൾ ആവേശഭരിതനായി.

ലോകം എത്ര മാറേണ്ടതുണ്ടെന്ന് നിങ്ങൾക്കു മനസ്സിലായില്ലേ?

ഇവിടെ ഞാൻ പണിത ഈ സാമ്രാജ്യം പുറത്തേക്കുകൂടി ആവിഷ്ക്കരിച്ചുജ്ജ്വലമാക്കാൻ എന്റെ ഹൃദയം വന്യമായി തുടിക്കുന്ന ഒച്ച നിങ്ങൾ കേൾക്കുന്നില്ലേ.?

കോൺക്രീറ്റിൽ ചെയ്ത പലവിധ ശില്പവേലകളിലേക്ക്, മായികമായ ഏതോ മറുലോകത്തെപ്പോലെ അയാൾ എന്നെ കൂട്ടിക്കൊണ്ടുപോയി. അയാളുടെ പരീക്ഷണശാല അത്യന്തം കൗതുകമായിരുന്നു.

എന്നാൽ ആ വീട്ടിലെ നിശ്ശബ്ദത എന്നെ വല്ലാതെ അമ്പരപ്പിച്ചു.

ഞാൻ ചോദിച്ചു.

കുട്ടികൾ?

അയാൾ പറഞ്ഞു: പത്തുവർഷം കഴിഞ്ഞിട്ടും ഒരു കുഞ്ഞിക്കാലുണ്ടായില്ല. പക്ഷേ, രണ്ടുദിവസം മുമ്പ് അതുണ്ടായി. ഒരു മകൻ.

കുഞ്ഞുണ്ടായി എന്നുകേട്ട ഉടനെ ഞാൻ സീറ്റിൽനിന്നുമെഴുന്നേറ്റ് ചെന്ന് അയാളുടെ കൈ പിടിച്ചുകുലുക്കി അഭിനന്ദിച്ചു. പ്രാർത്ഥനകളും ദീർഘായുസ്സും നേർന്നു.

അപ്പോൾ ഡെനിമിക് അഭിമാനത്തോടെ പറഞ്ഞു:

നമുക്കവനെ പരിചയപ്പെടേണ്ടേ?

പരിചയപ്പെടുകയോ?

ആ പദം എന്നെ ആശയക്കുഴപ്പത്തിലാക്കി.

മോനേ ഇറ്റർക്ണോക്കേ

അകത്തേക്കു നോക്കി വിളിച്ചതും രണ്ടുവയസ്സു പ്രായം വരുന്ന ഒരു കുട്ടി എന്നിലേക്ക് ഓടിയടുത്തു.

ഡെനിമിക്ക് എന്നെ നോക്കി കണ്ണിറുക്കി.

ഇനി ഒരുപക്ഷേ, ഡെനിമിക് പറഞ്ഞു തെറ്റിയതാവുമോ? പിറന്നിട്ട് രണ്ടുദിവസമെ ആയിട്ടുള്ളു എന്നാവില്ല. ഞാൻ കേട്ടു തെറ്റിയതാവാം രണ്ടുവർഷമെന്നാവും.

അവന്റെ മുഖത്ത് ശിശുസഹജമായ നിഷ്ക്കളങ്കതയോ വൈകാരികത്തുടിപ്പുകളോ കണ്ടില്ല. എങ്കിലും അടുത്തുവന്നപ്പോൾ എനിക്കാ കുഞ്ഞിനെയെടുത്ത് ഒരു മുത്തം കൊടുക്കണമെന്ന് തോന്നി.

പക്ഷേ, അപ്പോഴേക്കും ഡെനിമിക് ക്രുദ്ധഭാവത്തിൽ ചാടിയെണീറ്റു. ഡോണ്ട് ടച്ച്. ശരിക്കും ഉറച്ചിട്ടില്ല.

ചികിത്സയുടെ അവസാനം

ഇക്കഴിഞ്ഞ തവണ റേഡിയോസ്റ്റേഷനിൽ കഥ വായിക്കാൻ പോയപ്പോൾ പ്രോഗ്രാം എക്സിക്യൂട്ടീവ് മി.രാമനുണ്ണി പറഞ്ഞു:

നിങ്ങളുടെ ശബ്ദത്തിനെന്തുപറ്റി? ഓരോ പരിപാടി കഴിയുന്തോറും ശബ്ദം വല്ലാതെ നേർത്തുവരുന്നു.

ശരിയാണ്. ശബ്ദത്തിൽ ഈയിടെയായി വന്നുകൊണ്ടിരിക്കുന്ന മാറ്റം ഞാൻ ശ്രദ്ധിക്കുന്നുണ്ട്. സുഹൃത്തുക്കളിൽ ഒന്നുരണ്ടുപേർ ഇക്കാര്യം സൂചിപ്പിച്ചുകഴിഞ്ഞു. ഇരട്ടിമധുരവും കരിമ്പൻനെല്ലിക്കയും ചേർത്തു കഴിക്കുന്നത് നല്ലതാണെന്ന് കേട്ട് ഞാനത് കുറെ വാരിവലിച്ചുതിന്നു. ദിനേശ്ബീഡി വലിക്കുന്നതു നല്ലതാണെന്ന് കേട്ട് കുറെ വലിച്ചു. യാതൊരു മാറ്റവും കണ്ടില്ല.

പക്ഷേ, കൂട്ടത്തിൽ മറ്റൊരു അത്ഭുതം നടന്നു. പിടിച്ചുനിർത്തിയതുപോലെ മുടിക്കൊഴിച്ചിൽ പാടെ നിന്നു. ഇതിനകം കൊഴിഞ്ഞു കഷണ്ടിയായ ഭാഗത്തൊക്കെ മുടിവന്ന് മൂടാനും തുടങ്ങി.

ഇതും നെല്ലിക്കാചികിത്സയും തമ്മിൽ എന്തെങ്കിലും ബന്ധമുണ്ടോ എന്നറിയില്ല. മുടി കൊഴിഞ്ഞാലും തരക്കേടില്ല. ശബ്ദത്തിന് കട്ടി കിട്ടിയാൽ മതിയായിരുന്നു.

ശബ്ദം ഇങ്ങനെ നേർത്തുനേർത്ത് ഒരു സ്ത്രീയുടേതുപോലെയായിത്തീർന്നത് ഒട്ടും പരിഭ്രമത്തോടെ ഞാനറിയുകയായിരുന്നു. യാതൊരു ലക്കും ലഗാനുമില്ലാതെ തലമുടി തഴച്ചുവളരുക മാത്രമല്ല, സ്വതവേ കട്ടികുറഞ്ഞ എന്റെ താടിമീശയുടെ രോമങ്ങൾ കൊഴിഞ്ഞുപോകാനും തുടങ്ങി. എന്നാൽ വൈദ്യനെ കാണണമെന്നുതന്നെ തോന്നിത്തുടങ്ങിയത് നെഞ്ചിൽ മുലക്കണ്ണിന്റെ ഭാഗത്ത് തുടിപ്പ് അനുഭവപ്പെട്ടുതുടങ്ങിയതോടെയാണ്.

അങ്ങനെയാണ് ഞാൻ അഷ്ടവൈദ്യൻ ശ്രീ.രാമൻ നമ്പൂതിരിപ്പാടിന്റെയടുത്ത് എത്തുന്നത്. പ്രശ്നം അവതരിപ്പിച്ചപ്പോഴേ അദ്ദേഹം സൂരി നമ്പൂതിരിപ്പാടിനെപ്പോലെ അസാമാന്യമായി ചിരിച്ചു. പിന്നെ വെറ്റിലച്ചാറ് പുറത്തേക്ക് തുപ്പി. എനിക്കറിയാത്ത ഏതോ ഒരു ശ്ലോകവും ചൊല്ലി.

തസ്യേ തസ്യശ്രീയാ...

കളി കളഞ്ഞ് അദ്ദേഹം പിന്നെ എന്റെ നാഡി പിടിച്ചു. കൺപോള നീക്കി, തൊണ്ടക്കുഴിയിലേക്ക് ടോർച്ചടിച്ചു. ഇങ്ങനെ രാമൻ നമ്പൂതിരിപ്പാട് തന്റെ ചികിത്സാമുറയിലെ പരിശോധനാഘട്ടം പൂർത്തിയാക്കി. അദ്ദേഹം കഷായത്തിനും കുഴമ്പിനുമെഴുതി. കുഴമ്പു തേച്ചുപിടിപ്പിച്ച് കുളത്തിൽ നീന്തിക്കുളിക്കുക- ഒരു നിർദ്ദേശം ഇതാണ്. പ്രയോഗത്തിൽ വരുത്താൻ പ്രയാസമായതും ഇതുതന്നെ. കുളമില്ലാഞ്ഞിട്ടല്ല, ഒരു ചെറിയ പ്രശ്നം. കുപ്പായമിട്ട് കുളത്തിൽനിന്നെങ്ങനെ കുളിക്കും?

കുപ്പായമഴിക്കുമ്പോൾ...അഴിക്കുമ്പോൾ എന്താണെന്നറിയില്ല, ഒരു നാണം വന്നു മേലാകെ പൊതിയുന്നു.

കഷായചികിത്സയുടെ ഒന്നാംഘട്ടം പൂർത്തിയായതായി ഒരു ദിവസം നമ്പൂതിരിപ്പാട് അറിയിച്ചു.

എന്റെ മനസ്സിൽ എന്നിട്ടും വേദനയുടെ കയ്പ്പ്...സംശയത്തിന്റെ പുളിപ്പ്.

ഞാൻ വൈദ്യരോട് പറഞ്ഞു:

വൈദ്യരേ, കഷായം രണ്ടാഴ്ചയോളമായല്ലോ. മുലയുടെ ഭാഗത്തെ തുടപ്പിനും ശബ്ദത്തിന്റെ നേർമ്മയ്ക്കും യാതൊരു കുറവുമില്ല.

വൈദ്യർ കുലുങ്ങിച്ചിരിച്ചു.

തന്റെ ഈ പരിഭ്രമം കാണുമ്പഴാ...ഒക്കെ ശരിയായിക്കൊള്ളും. ഒരൂട്ടം അരിഷ്ടത്തിനുകൂടെ ഞാനെഴുതാം. ആത്മിവശ്വാസത്തിന് നല്ലതാ. കുളത്തിലെ കുളി മുടക്കണ്ട.

അവിടെയാണ് പ്രശ്നം. ബനിയനിട്ടാണ് കുളിച്ചതെങ്കിലും അതിന്റെ മുഴുപ്പ് കാണാൻ ആളുകൾ കുളക്കരയിൽ വട്ടംകൂടി നിൽക്കുന്നതായി എനിക്കു തോന്നുന്നു. വെളുത്ത എന്റെ ശരീരത്തിലെ മുലക്കണ്ണിന് മനോഹരമായ തവിട്ടുനിറമാണ്. നീന്തിത്തുടിക്കുമ്പോൾ ജലത്തിലെ പിരിവുകളും ചുഴികളും ചേർന്ന് എന്റെ നെഞ്ചിനെ എന്തെന്നില്ലാതെ ഉഴിഞ്ഞു പുളയ്ക്കുന്നത് ഞാനറിയുന്നു.

ഒരുദിവസം കണ്ണാടിയിൽ ഞാനത് കണ്ടു. എന്റെ കണ്ണുകളിൽ ജന്മനാ കുടിയേറിയ രക്തപ്പശിമയിൽ കുഴഞ്ഞ മഞ്ഞപ്പാളികൾ അപ്രത്യക്ഷമായിരിക്കുന്നു. പകരം ഒരു നീല ജലാശമായി കണ്ണുകൾ നീന്തിത്തുടിക്കുന്നു. അവ അല്പം നീണ്ടിട്ടുണ്ട്. മൂക്കിന്റെ മാറ്റം പറയത്തക്കതാണ്. തടിച്ചുരുണ്ട എന്റെ മൂക്ക് ചെറുതായി വരുന്നു. കൂർത്തും.

വൈദ്യരോട് പറഞ്ഞപ്പോൾ അദ്ദേഹം പതിവുപോലെ പരിഹസിച്ചു ചിരിച്ചു.

തന്റെയീ പരിഭ്രമം കാണുമ്പഴാ...എടോ ഇതൊരു മാരകരോഗോ

ന്നുവല്ല. ലോകാരംഭത്തിലേ ഉള്ളതാ. അപ്പോഴും അദ്ദേഹം വെറ്റിലച്ചാറ് പുറത്തേക്ക് തുപ്പി എനിക്കറിയാത്ത ഒരു ശ്ലോകവുമുരുവിട്ടു.

ഇതിനിടെ എന്റെ കുടുംബബന്ധങ്ങളിലും സുഹൃത്ബന്ധങ്ങളിലും വല്ലാത്ത ഒരു ഉൾത്തകർച്ച വന്നുകഴിഞ്ഞിരുന്നു.

സുഹൃത്തുക്കൾ ഓരോരുത്തരായി എന്നിൽനിന്ന് മാറി നടക്കുന്ന തായി തോന്നി. തോന്നിയതല്ല. സത്യമതാണ്.

ലോഹിതാക്ഷൻകൂടി കൈയൊഴിഞ്ഞതോടെ അത് പൂർത്തിയായി.

ഒരുദിവസം സങ്കടം സഹിക്കാനാവാതെ ഞാനിത് അവനോട് പറ യുകയും ചെയ്തു.

ഞാൻ നിങ്ങളോടൊക്കെ എന്തു തെറ്റു ചെയ്തു? ഒരാപത്ത് വന്ന പ്പോൾ കൈയൊഴിക്കുന്ന സുഹൃത്തുക്കളായിപ്പോയല്ലോ. ഈശ്വരാ എനിക്കു നീ...

ലോഹിതാക്ഷൻ അല്പം ശാസനാസ്വരത്തിലാണ് പ്രതികരിച്ചത്.

നിനക്ക് കാര്യങ്ങൾ മനസ്സിലാക്കാൻ കഴിയാഞ്ഞിട്ടാണ്. നിനക്കറി യോ, വീട്ടിലും നാട്ടിലും ആകെ പ്രശ്നമാണ്. നമ്മൾ തമ്മിലുള്ള ബന്ധ ത്തിൽ ഇത്തിരി അവിഹിതമുണ്ടത്രെ.

അവിഹിതമോ? എന്താണ് അവിഹിതമെന്ന് മാത്രം അവൻ പറ ഞ്ഞില്ല. അങ്ങോട്ടുമിങ്ങോട്ടും നോക്കി ഒരു കരച്ചിലിന്റെ വക്കിൽ അവൻ അത് പൂർത്തിയാക്കാതെ മുഖം തിരിച്ചു പോയ്ക്കളയുകമാത്രം ചെയ്തു. പിന്നെയവനെ കണ്ടിട്ടില്ല.

പോട്ടെ. പോകുന്നവരൊക്കെ പോട്ടെ.

ഈയിടെയായി ഞാൻ തീരെ വികാരം കൊള്ളുന്നില്ല. അതെ, ഇതി ലേറെ സഹിക്കാൻ എനിക്ക് കഴിയും. അതിനു തെളിവാണ് ഭാര്യ എന്നെ ഉപേക്ഷിച്ചുപോയ സംഭവം.

അവൾ ഇറങ്ങിപ്പോയതിന്റെ തലേന്ന് രാത്രി പൊരിഞ്ഞ വാഗ്വാദം ഞങ്ങൾ തമ്മിലുണ്ടായി എന്നത് ശരിയാണ്. വാഗ്വാദമെന്നൊന്നും അതിനെ വിശേഷിപ്പിക്കാനായില്ല. ഏകപക്ഷീയവും മനപൂർവ്വവുമായ ഒരാക്രമണമായിരുന്നു അത്. എന്നെ പ്രകോപിപ്പിക്കാൻ. പക്ഷേ എനി ക്കുണ്ടോ വല്ല പ്രകോപനവും.

ഒരു തെറിപോലെയാണ് അവളത് പറഞ്ഞത്.

നിങ്ങൾ ആ വൈദ്യന്റെ കൂട്ടവസാനിപ്പിക്കണം. വെറുതെയല്ല എനിക്ക് കുട്ടികളുണ്ടാവാത്തത്. നിങ്ങൾ, നിങ്ങൾ ഒരാണാണോ?

സ്വീകാര്യമായ ഒരഭിപ്രായമായി എനിക്കതു തോന്നിയില്ല. ഞാനത് തണുത്ത സ്വരത്തിൽ പറയുകയും ചെയ്തു.

അതുവെച്ചായി പിന്നീടവളുടെ ആക്രമണങ്ങളൊക്കെ. നീണ്ട ഷെ

ല്ലാക്രമണത്തിനുശേഷം പിൻമടങ്ങിയ പോർവിമാനം അകന്നകന്നു പോയി.

മുറിയിൽ കുറേക്കൂടി ഏകാന്തനായി ഞാനിരുന്നു.

ഇപ്പോൾ എനിക്കൊന്ന് പുറത്തിറങ്ങണമെങ്കിൽ നീണ്ട നേരത്തെ തയ്യാറെടുപ്പ് വേണ്ടിവരുന്നു. കൊഴിഞ്ഞ മീശരോമങ്ങൾക്ക് പകരം കരിഞ്ഞ തീപ്പെട്ടിക്കോലെടുത്ത് എനിക്ക് മീശയുണ്ടാക്കണം. നെഞ്ചിലെ മാംസത്തെ മറക്കാൻ ഇടുങ്ങിയ ബനിയൻ ധരിക്കണം. ബനിയൻ അണ്ടർവെയറിലേക്ക് വലിച്ചുകെട്ടി അവസാനനേരത്തെ കഷായംകൂടി കഴിച്ച്, കണ്ണാടിയിൽ പലവുരു മുഖംനോക്കി...അതെ, എന്തൊരു ബദ്ധപ്പാടാണതെന്നോ?

വഴിയിൽ കണ്ടുമുട്ടുന്ന അപരിചിതരിൽനിന്നൊക്കെ ഞാൻ ഒഴിഞ്ഞുമാറിനടന്നു. സംസാരിക്കേണ്ടിവരുന്നതാണ് പ്രധാനപ്രശ്നം. ആകാശവാണിയിൽനിന്ന് കഥ വായിക്കാൻ വന്ന് കോൺട്രാക്ട് ഞാൻ മടക്കി അയച്ചു. ദേഹത്തിന് നല്ല സുഖമില്ലാത്തതുകൊണ്ട് പറ്റില്ല എന്ന് മി.രാമനുണ്ണിക്ക് പ്രത്യേകമൊരു കത്തെഴുതുകയും ചെയ്തു.

ഞാനിപ്പോൾ ഓഫീസിലും പോകാറില്ല. അപകർഷതാബോധത്തിന്റെ കടുത്ത വേലിയേറ്റത്തെയും മറികടന്നാണ് ഓരോ പത്തുമണിയിലും ഞാൻ ഓഫീസിലെത്തിക്കൊണ്ടിരുന്നത്. തൂക്കുമരത്തിലേക്ക് നടക്കുന്നവന്റെ ആത്മസംഘർഷങ്ങളും കാലിടർച്ചയും ഭയവും വിങ്ങലും കാട്ടുപന്നികളെപ്പോലെ എന്നെ ആക്രമിച്ചിരുന്നു. ഓഫീസ് ഇടുങ്ങിയ ഒരു അധോലോകമായി എനിക്കനുഭവപ്പെട്ടു.

ആരെയും അഭിമുഖീകരിക്കാൻ നിൽക്കാതെ, യൂണിയൻ കാര്യങ്ങൾ ശ്രദ്ധിക്കാതെ, ശമ്പളവർദ്ധനയുടെ ചർച്ചകളിൽനിന്നും ഷെയർ മാർക്കറ്റിലെ വേവലാതികളിൽനിന്നുമൊക്കെ ഒഴിഞ്ഞ് പിടികിട്ടാപ്പുള്ളിയെപ്പോലെ പാത്തും പതുങ്ങിയും എന്റെ ഓഫീസ് ദിനങ്ങൾ രൂക്ഷമായിക്കൊണ്ടിരുന്നു. കൃത്യസമയത്ത് ഞാൻ ഓഫീസിൽ എത്തും. രജിസ്റ്ററിൽ ഒപ്പിട്ട് നേരെ ഡസ്കിൽ ചെന്നിരിക്കും. ഫയലുകളുടെ കെട്ടഴിക്കും. അഞ്ചുമണിയുടെ ബെല്ലടിക്കുമ്പോഴേക്കും സീറ്റിൽനിന്നു ഞാൻ ചാടിയെണീറ്റുകഴിഞ്ഞിരിക്കും. ഇതിനിടയിൽ ഒരിക്കൽപ്പോലും ഞാൻ ശിരസ്സുയർത്തി നോക്കിയില്ല. മറ്റെല്ലാറ്റിൽനിന്നും ഒളിച്ചോടാൻ ഞാൻ ഫയലുകളിൽ മുങ്ങി. എന്റെ ഡസ്കിൽ എത്തിച്ചേരുന്ന ഫയലുകൾ മിന്നൽവേഗത്തിൽ നീങ്ങി. ഒരു നല്ല കാര്യം എന്ന് നിങ്ങൾക്കു തോന്നാം. പക്ഷേ, ഇതാണ് എനിക്ക് കുരുക്കായിത്തീർന്നതും. എനിക്ക് ചുറ്റും അസൂയയുടെ കരിനിഴലുകൾ പടർന്നുകഴിഞ്ഞതൊന്നും ഞാനറിഞ്ഞില്ല. കുശുമ്പിന്റെ വാചകമേളയും ഞാനറിഞ്ഞില്ല. എന്റെ പ്രാണ

വേദനയായിരുന്നു എനിക്ക് വലുത്. എന്റെ മുഖം പ്രാണവേദനയിലേക്ക് തിരിച്ചുവച്ച പന്തംപോലെയായി. കത്തുന്ന പന്തത്തെ ഒരാൾക്ക് എങ്ങനെയാണ് ഒളിപ്പിക്കാനാവുക? മേലുദ്യോഗസ്ഥന്റെ കണ്ണിൽ ഞാനകപ്പെട്ടിരിക്കുന്നു. അകമഴിഞ്ഞ് എന്നെ ഒന്ന് അഭിനന്ദിക്കാൻ ദിവസങ്ങളോളമായി അദ്ദേഹം വീർപ്പുമുട്ടി നിൽക്കുകയായിരുന്നു. വർഷങ്ങളുടെ പഴക്കമുള്ള എത്രയെത്ര ഫയലുകളാണ് എനിക്കു മുന്നിലൂടെ ക്ലിയർ ചെയ്തുപോയത്. ഒരഭിനന്ദനവാക്കെങ്കിലും പറയാതെ. മേലുദ്യോഗസ്ഥന്റെ മനസ്സിൽ വലിയൊരു കുറ്റബോധമായി അതു വളർന്നുകഴിഞ്ഞിരിക്കുന്നു. അങ്ങനെയാണ് അദ്ദേഹം എന്നെ കേബിനിലേക്ക് വിളിപ്പിക്കുന്നത്. അപ്പോഴേ എന്റെ നെഞ്ചിൽ ഒരു ഇടി പൊട്ടിയിരുന്നു. എനിക്കു നേരിടാനുള്ളത് എന്റെ ശബ്ദത്തെയാണ്, എന്റെ മുഖത്തെയാണ്, ശരീരത്തെയാണ്. എന്നെത്തന്നെയാണ്.

ഭയന്നും പരുങ്ങിയും നിൽക്കുന്ന എന്നെ അദ്ദേഹം അമ്പരപ്പോടെ നോക്കി.

ഇരിക്കൂ മി.പ്രകാശ്.

ങ്ഹ! ഇരിക്കൂന്നേ.

അദ്ദേഹത്തിനുമുന്നിൽ ആകാശത്തിനും ഭൂമിക്കും മധ്യേ തല കുനിച്ചിരുന്നു. ഞാൻ കൈവിരലിലെ നഖം പല്ലുകൾക്കിടയിലിട്ടു ചതച്ചുകൊണ്ടിരുന്നു.

അഭിനന്ദനങ്ങൾകൊണ്ട് കുളിപ്പിക്കാനാണ് എന്നെ ക്യാബിനിലേക്ക് വിളിപ്പിച്ചത്. പക്ഷേ, എന്റെ മുഖം കണ്ടപ്പോൾ, ശരീരം കണ്ടപ്പോൾ അഭിനന്ദനത്തിന്റെ അത്ഭുതങ്ങളൊക്കെ അദ്ദേഹത്തിൽനിന്ന് കൈവിട്ടുപോയി. എന്റെ മീശരോമങ്ങൾക്ക് എന്തുപറ്റി എന്നാണദ്ദേഹം ആദ്യം ചോദിച്ചത്. ചുണ്ടുകളെന്തേ റോസാദലങ്ങൾപോലെയായിരിക്കുന്നു. പിന്നേയും അദ്ദേഹം പലതും ചോദിച്ചു. ഒന്നും ഞാൻ കേട്ടില്ല.

എങ്ങനെയെല്ലാമോ ആ രംഗം കുടിച്ചുതീർത്ത് ഞാൻ കേബിനിൽ നിന്നിറങ്ങി.

പിറ്റേദിവസവും അദ്ദേഹം വിളിപ്പിച്ചു. നിലവറയിലെ ഏതോ പുരാതനമായ ഒരു ഫയലെടുക്കാൻ അദ്ദേഹം എന്നോടാവശ്യപ്പെട്ടു. അതു പറയുമ്പോൾ അദ്ദേഹത്തിന്റെ ചുണ്ടുകൾ എന്തിനോ വിറ പൂണ്ടിരുന്നു. കൂടുതൽ സുമുഖനായാണ് അദ്ദേഹം അന്ന് ഓഫീസിൽ വന്നിരുന്നത്. നരച്ച മുടിയൊക്കെ ഡൈ ചെയ്ത്, തോളിലും അരയിലും സുഗന്ധം പൂശി...

നിലവറയിലെ മങ്ങിയ വെളിച്ചത്തിൽനിന്നും ഒരുവിധം ഞാനാ ഫയലെടുക്കുമ്പോൾ, സർവ്വതും മറന്ന് അദ്ദേഹം തെക്കുവടക്കു

നോക്കി പിന്നിൽനിന്ന് അതുവരെ അമർത്തിവെച്ച കിതപ്പോടെ എന്നെ ആഞ്ഞൊരു പിടുത്തം.

ഞാൻ നിലവിളിച്ചുവോ?

അറിയില്ല. ഓർമ്മയില്ല.

തിരിച്ചുനടക്കുമ്പോൾ എന്റെ കണ്ണുകൾ അകാരണമായി നിറഞ്ഞിരുന്നു. എന്റെ വികാരങ്ങൾ എനിക്കുപോലും അന്യമായി നിൽക്കുന്നത് അന്നാദ്യമായി ഞാനറിഞ്ഞു. ഞാൻ സ്വയം പറഞ്ഞു :

ഇന്ന് രാമൻ നമ്പൂതിരിപ്പാടുമായുള്ള ഇടപാട് നിർത്തണം. അയാളുടെ കഷായങ്ങളിൽ ഞാനിപ്പോഴും വെറും തറിമരുന്നാണ്. അയാളെന്നെ വില്പനയക്കുള്ള കഷായമൊരുക്കുകയാണ്.

പക്ഷേ, കാര്യം പറഞ്ഞപ്പോൾ രാമൻവൈദ്യൻ ചിരിച്ചതേയുള്ളു.

സ്വാഭാവികമായും ആ ചിരി കാണുമ്പോൾ എനിക്ക് കലി കയറേണ്ടതാണ്. ആ നിലയ്ക്ക് ഞാൻ ദേഷ്യത്തോടെ പറഞ്ഞു :

വൈദ്യരേ, നിങ്ങളുടെ കഷായവും അരിഷ്ടവും ഇനിയെനിക്ക് വേണ്ട. ഈയിടെയായി മരുന്നിന് നിങ്ങൾ എന്നിൽനിന്ന് കാശ് ഈടാക്കുന്നില്ല എന്നത് ശരിയാണ്. പക്ഷേ, ഇപ്പോഴായി ഒരിക്കലെങ്കിലും ഒന്ന് നിങ്ങളെന്റെ നാഡി പിടിച്ചു നോക്കിയിരുന്നോ? എന്റെ കൺപോള താഴ്ത്തിനോക്കിയിട്ടുണ്ടോ? നിങ്ങളുടെ രോഗിക്ക് എന്തു സംഭവിച്ചുകൊണ്ടിരിക്കുന്നു എന്നന്വേഷിക്കാനുള്ള ധാർമ്മികബാധ്യതയെങ്കിലും നിങ്ങൾക്കില്ലേ? ഞാനിവിടെ ചിട്ടിയുടെ പണമടയ്ക്കാനല്ല വരുന്നത്. നിങ്ങൾ ഒരാളെ വിശ്വസിച്ച്....എന്റെ ശരീരം ഒന്നിനും കൊള്ളാത്ത വിധമായി....അല്പം വിഷം കലക്കിത്തരാമോ നിങ്ങൾക്ക്?

അത്ഭുതകരമെന്നു പറയട്ടെ, ഇക്കുറി എനിക്ക് ആത്മാർത്ഥമായി ഒന്ന് പൊട്ടിക്കരയാൻ കഴിഞ്ഞു.

അതോടെ രാമൻ നമ്പൂതിരിപ്പാട് വല്ലാതായി. അദ്ദേഹത്തിന്റെ തമാശച്ചിരി കരുണാർദ്രമായി നേർത്തു. അദ്ദേഹം എന്നെ സ്നേഹവാത്സല്യത്തോടെ, കുറ്റബോധത്തോടെ, സമാശ്വസിപ്പിച്ചുകൊണ്ട് അദ്ദേഹത്തിന്റെ സ്വകാര്യമുറിയിലേക്ക് കൂട്ടിക്കൊണ്ടുപോയി.

അവിടെവെച്ച് അദ്ദേഹം എന്നെ ഗൗരവപൂർവ്വം പരിശോധിച്ചു. മരുന്നിനുശേഷമുണ്ടായ മാറ്റമാണ് അദ്ദേഹം അപഗ്രഥിക്കുന്നതെന്ന് എനിക്കു മനസ്സിലായി.

അദ്ദേഹം നാവുനീട്ടാൻ പറഞ്ഞു.

കണ്ണുകളുടെ പോള താഴ്ത്തി.

നാഡി പിടിച്ചു നാഴികയളന്നു.

രാമൻനമ്പൂതിരിപ്പാടിന്റെ മുഖം ഇപ്പോൾ ഗൗരവപൂർണ്ണമായിരിക്കു

ന്നു. അദ്ദേഹത്തിന്റെ കണ്ണുകളിലിപ്പോൾ അറിവിന്റെ ഔഷധഖനിയുടെ പടവുകൾ തെളിയുന്നു. പുരാതനമായ മന്ത്രധൂമങ്ങളുടെ പശ്ചാത്തലത്തിൽ അദ്ദേഹം പടവുകളിറങ്ങി.

രാമൻനമ്പൂതിരിപ്പാട് ഗുഹാവാസിയായ ജ്ഞാനിയെപ്പോലെ അരുളിച്ചെയ്തു.

ആ കുപ്പായമൊന്നഴിക്കൂ.

അഴിച്ചു.

അടിവസ്ത്രങ്ങളും.

പതുക്കെ ഞാൻ എല്ലാം അഴിച്ചിട്ടു. ഇപ്പോൾ ഒരു വീനസ് പ്രതിമ പോലെ ഞാൻ വൈദ്യനുമുന്നിൽ നിൽക്കുകയാണ്.

പെട്ടെന്ന്....

അതെ, പെട്ടെന്നാണത് സംഭവിച്ചത്. അദ്ദേഹത്തിന്റെ കണ്ണുകളിലെ എല്ലാ ജ്ഞാനപ്രകാശവും കെട്ടുപോയി. പകരം അവിടെ വന്യമായ ഒരു കനലെരിയാൻ തുടങ്ങി. അതിൽനിന്നും ഒരു ലോഹനഖമിറങ്ങി.

എന്റെ കീഴ്ത്താടിയുടെ അഗ്രത്തിൽ വിരലുകളഞ്ചും ചേർത്ത് ഒന്ന് പിടിച്ചുകുലുക്കി, വിറ കലർന്ന ആവേശത്തോടെ രാമൻ വൈദ്യൻ പറയുകയാണ്...

ന്റെ കൊച്ചുകള്ളീ...

ഇന്ത്യാ ടുഡേ 1995

മായാചരിതം

കാര്യം ഞാനൊരു പി.എച്ച്.ഡി ക്കാരനാണെങ്കിലും ഗൾഫിൽ കുറെക്കാലം ഒട്ടകത്തെ മേയ്ക്കുന്ന ജോലിയായിരുന്നു. മരുഭൂമിയുടെ വിജനമായ ഉഷ്ണത്തള്ളലിൽ മറ്റാരുമില്ലാത്തതിനാൽ ഞാൻ എന്റെ പി.എച്ച്.ഡി പ്രബന്ധമെടുത്ത് ഇടയ്ക്കിടയ്ക്ക് ഒട്ടകങ്ങൾക്ക് വായിച്ചുകൊടുക്കും. ആദ്യം എനിക്കു കിട്ടിയ ജോലി ആടുകളെ മേയ്ക്കലായിരുന്നു. പിന്നീട് കുറച്ചുകൂടി വിവരമുള്ള മൃഗങ്ങൾ എന്ന നിലയ്ക്ക് ഒട്ടകങ്ങളെ ഞാൻതന്നെ തെരഞ്ഞെടുക്കുകയായിരുന്നു. പറഞ്ഞിട്ടെന്താ, എല്ലാം ഒരുമാതിരി കണക്കുതന്നെ. എന്റെ പി.എച്ച്.ഡി പ്രബന്ധം ഒട്ടകങ്ങൾ ഒന്നു ശ്രദ്ധിച്ചതുപോലുമില്ല. ആദ്യമൊക്കെ ഞാൻ വിചാരിച്ചത് മലയാളമറിയാത്തതുകൊണ്ടാണെന്നാണ്. വൈകാതെ എനിക്കു മനസ്സിലായി. പ്രശ്നം ഏകാന്തതയാണ്. ഒട്ടകങ്ങൾ എന്നാൽ ഒറ്റയ്ക്കല്ല. അവർക്കു തമ്മിൽ പറയാനും സ്നേഹിക്കാനും ഇടയ്ക്കൊന്നു പിണങ്ങാനും വിഷയങ്ങൾ ഏറെയുണ്ട്. പിന്നെ ഞാൻ മരുഭൂമിയിലെ ഒറ്റപ്പെട്ട വൃക്ഷങ്ങളോട് സംസാരിക്കാൻ തുടങ്ങി. അപ്പോഴാണ് ഒരു കാര്യം മനസ്സിലായത്. മൃഗങ്ങളെക്കാളും മനുഷ്യരെക്കാളും എത്രയോ ഭേദമാണ് മരങ്ങൾ. അവ നമ്മൾ പറയുന്നത് സശ്രദ്ധം കേൾക്കും. ചിലപ്പോൾ കാറ്റത്ത് അനങ്ങുകയാണെന്ന വ്യാജേന കൈവീശി നമ്മളെ പ്രോത്സാഹിപ്പിക്കും. ഒട്ടകങ്ങളെ പറഞ്ഞിട്ടു കാര്യമില്ല. അവർ ഭാഗ്യവാന്മാർ. ഒറ്റയ്ക്കായിപ്പോകുമ്പോഴുള്ള ഏകാന്തതയല്ലാതെ ആൾക്കൂട്ടത്തിലെ ഏകാന്തത അവയ്ക്ക് അനുഭവിക്കേണ്ട. അല്പം കാടുകയറി ചിന്തിച്ചാൽ ഏറ്റവും പുതിയ ലോകം മനുഷ്യന്റെ ഏകാന്തതയെയാണ് വിൽക്കുകയും വാങ്ങുകയും ചെയ്യുന്നത്. ആകെ ഒറ്റപ്പെട്ട് ബോറടിച്ച് നിൽക്കുമ്പോൾ നഗരത്തിലെ വലിയൊരു ഷോപ്പിംഗ് മാളിലൊന്നു കയറിനോക്കൂ. നിങ്ങളെ പെട്ടെന്ന് ഏതൊക്കെയോ സ്നേഹിതന്മാർ പൊതിഞ്ഞുനിൽക്കുന്ന ഒരു അവസ്ഥയിലെത്തും. ഒട്ടകങ്ങൾക്കും ആടുകൾക്കും ഷോപ്പിംഗ് മാളുകൾ ഉണ്ടാവാത്തത് അവയ്ക്ക് ഏകാന്തത ഇല്ലാത്തതുകൊണ്ടുതന്നെയാകും. ഒട്ടകങ്ങളോടുള്ള ഭാഷ കണ്ടുപിടിക്കാനാവാതെ സ്വയം പരാജ

യപ്പെട്ട് ഞാൻ വിസ ക്യാൻസൽ ചെയ്ത് നാട്ടിലേക്കു പോന്നു.

അപ്പോഴേക്കും നാട്ടിലുള്ള ജോലിസാധ്യത കുറെക്കൂടി മങ്ങിപ്പോയിരുന്നു. എടുത്താൽ പൊങ്ങാത്തത്ര കടബാധ്യതകൾ. ഞങ്ങൾ പരസ്പരം നോക്കിയിരുന്നു.

അങ്ങനെയിരിക്കെയാണ് എന്റെ ഒരു ആത്മമിത്രം എന്നെ വന്നു കണ്ടത്, ഒരു ജോലിയുമായി.

വന്നതും വളരെ ഗൗരവത്തിൽ അദ്ദേഹം പറഞ്ഞു: നിനക്ക് പത്താം ക്ലാസിൽ നമ്മളെ ഫിസിക്സ് പഠിപ്പിച്ച ജോൺസാറിനെ അറിയില്ലേ?

അദ്ദേഹം അമേരിക്കയിലല്ലേ?

അതുതന്നെ. അദ്ദേഹത്തിന്റെ അപ്പനൊരാളുണ്ട്. ഗീവറുഗീസ് മാഷ്.

അദ്ദേഹവും മകന്റെ കൂടെ ലാസ്‌വെഗാസിലല്ലേ?

അതെ. അവിടത്തെ കടുത്ത കാലാവസ്ഥയും ഏകാന്തതയും സഹിക്കവയ്യാതെ നാട്ടിൽ കുറെക്കാലം ചെലവഴിക്കാൻ ഗീവർഗ്ഗീസ് മാഷ് വന്നിട്ടുണ്ട്.

ഓഹോ, അങ്ങേർക്ക് എൺപതിനുമുകളിൽ പ്രായം കാണില്ലേ?

പക്ഷേ, ഇപ്പോഴും നല്ല ആരോഗ്യമാണ്. നല്ല ബലമുള്ള പയറുപോലെ മെലിഞ്ഞു തക്കാളിപ്പഴം പോലെ ചുവന്നുമാണിരിക്കുന്നത്. അത്യസാമാന്യമായ ഓർമ്മശക്തിയും... അദ്ദേഹത്തിന് വല്ലതും പറഞ്ഞിരിക്കാൻ പകല് ഒരാള് വേണം. വീട്ടിൽ ഒറ്റയ്ക്കാണ്.

പിന്നെ ശബ്ദം അടക്കിപ്പിടിച്ച് ചുറ്റുപാടും ഒന്നു നോക്കി ചെവിയിൽ പറഞ്ഞു: മാസം ആറായിരം രൂപ തരാമെന്ന് സമ്മതിച്ചിട്ടുണ്ട്. പിന്നെ മറ്റു ചെലവുകളും.

വേറെ പണിയൊന്നുമില്ല. അദ്ദേഹം പുകവലിക്കില്ല. കള്ളുകുടിക്കില്ല. തോന്ന്യാസങ്ങളൊന്നുമില്ല. ഇത്തിരി വൈൻ- അതും വളരെ വിലപിടിപ്പുള്ള ബ്രാൻഡ്- സിപ്പ് ചെയ്തുകൊണ്ടിരിക്കും.

കരുവാളിച്ചുകിടക്കുന്ന എന്നെ നോക്കി അവൻ ഒന്നു ചിരിച്ചു.

ഇടയ്ക്ക് നിനക്കും കിട്ടും. ഈ കരുവാളിപ്പൊക്കെ മാറി ചൊകന്നു വെളുക്കും നിന്റെ മുഖം!

ഡോക്ടറേറ്റൊക്കെ എടുത്ത ഞാൻ ഒരു വീട്ടുവേലയ്ക്ക് പോകാമെന്നുവെച്ചാൽ...

കൂട്ടുകാരന് ദേഷ്യം വന്നു.

നിനക്ക് മരുഭൂമിയിൽ ആടുമേയ്ക്കുന്നതിൽ കുഴപ്പമില്ല. ഇനിയെങ്കിലും ജീവിക്കാൻ പഠിക്ക്. ഇത് ഒരു ആടല്ല, നല്ല വിവരവും പക്വതയും അനുഭവസമ്പത്തുമുള്ള സകലതും ഒത്തിണങ്ങിയ ഒരു മാന്യനാണ്. മാത്രല്ല, വേണ്ടവിധം കണ്ടും നോക്കിയുമിരുന്നാൽ നിന്നെ

അങ്ങേര് അമേരിയ്ക്കയ്ക്ക് കൊണ്ടുപോയെന്നും വരും.

'മലയാളനോവലിലെ കഥാപാത്രങ്ങൾ സ്വത്വ പ്രതിസന്ധികൾ' എന്ന എന്റെ പി.എച്ച്.ഡി വച്ച് അമേരിക്കയിൽ...

പ്രലോഭനത്തിന്റെ മൂന്നാംദിവസം ഞാൻ ഗീവർഗ്ഗീസ് മാഷിനു മുന്നിൽ കീഴടങ്ങി.

കണ്ടാൽ നമ്മുടെ കൃഷ്ണമൂർത്തിയാണെന്നേ തോന്നൂ. നല്ല ഉയരവും. വെളുത്തു സുന്ദരമായ മുഖം. കാര്യം എൺപതു കഴിഞ്ഞെന്നു തോന്നിക്കുമെങ്കിലും വാക്കുകൾക്കിടയിൽ അദ്ദേഹം അല്പം നിശ്ശബ്ദത വിന്യസിച്ചേ സംസാരിക്കുവെങ്കിലും ബഹുജോറാണ് അദ്ദേഹവുമായി സംസാരിച്ചിരിക്കാൻ.

സുഹൃത്ത് പരിചയപ്പെടുത്തി.

ഗീവറുഗീസ് മാഷ് ഒരു കാലത്തെ രാഷ്ട്രീയ സാംസ്കാരിക ചലനങ്ങളോടൊപ്പം തന്റെ യൗവനവും ചിന്തയും ചെലവഴിച്ച ആൾ. നിങ്ങൾ സംസാരിക്കൂ എന്നു പറഞ്ഞ് സുഹൃത്ത് യാത്ര പറഞ്ഞു.

ഞാൻ ഗീവറുഗീസ് മാഷ് ഇരുന്ന ചാരുകസേരയ്ക്ക് പിറകിലെ കലണ്ടറിൽ നോക്കി- നവംബർ ഒന്ന്.

അദ്ദേഹം വളരെ കുലീനമായി സംസാരിച്ചു.

മിഡിലീസ്റ്റിലാണെന്നു കേട്ടു. അവിടെ എന്റെയൊരു കസിന്റെ വൈഫിന്റെ ബ്രദറുണ്ടായിരുന്നു. വെരി നൈസ് പേഴ്സൺ! ചിത്രകലയെക്കുറിച്ചൊക്കെ അപാരനോളജാണ്. അമേരിക്കയിൽനിന്ന് ഡെപ്യൂട്ടേഷനിൽ നേരെ അവിടെ ഓയിൽ ഫീൽഡിൽ പോവുകയായിരുന്നു. ഹീ ഈസ് ഏൻ എഞ്ചിനീയർ.

ഞാൻ ഈശ്വരനെ ധ്യാനിച്ചു.

എന്റെ ജോലി തുടങ്ങി. പുറത്ത് ഒരു രാഷ്ട്രീയ പ്രചരണജാഥയുടെ അനൗൺസ്മെന്റ് കടന്നുപോയി.

ശുഭലക്ഷണംതന്നെ. ഒരു ജോലി തുടങ്ങേണ്ടത് ഇങ്ങനെതന്നെ. അദ്ദേഹം പറഞ്ഞു:

സീ, നെയിന്റിൻ ഫോർട്ടീസിലാണെന്നു തോന്നുന്നു. ട്രിവാൻഡ്രത്ത് മുണ്ടശ്ശേരി മാഷ് സംഘടിപ്പിച്ച ഒരു യോഗത്തിൽ യദൃച്ഛാ എത്തിയതായിരുന്നു ഞാൻ. അന്ന് സ്ഥലം സർക്കിൾ മീറ്റിംഗിന് പെർമിഷൻ കൊടുത്തില്ല. അന്ന് അതൊക്കെ വലിയ സംഭവമായി. താനൊന്നും അന്ന് ജനിച്ചിട്ടില്ല. രമണന്റെ പന്ത്രണ്ടാമത്തെ എഡിഷന്റെ മംഗളോദയത്തിൽനിന്ന് പ്രിന്റ് ചെയ്തുവന്ന കെട്ടു പൊട്ടിച്ചിട്ടില്ല. അന്ന് സി.ജെയുടെയൊക്കെ ഒരു വീര്യമുണ്ടല്ലോ...ഹൗ!

ചില പട്ടാളക്കാർ റിട്ടയർ ചെയ്തു വന്നാൽ ഇങ്ങനെ ചില ഡയ

ലോഗുകളുണ്ട്. അതുമാതിരിയാണ് ഗീവർഗ്ഗീസ് മാഷ് എന്നു തെറ്റിദ്ധരിക്കരുത്.

അദ്ദേഹം അമേരിക്കയിൽനിന്നു കൊണ്ടുവന്ന ചൊകചൊകാന്ന് വീതിയും വിസ്താരവുമേറിയ ഒരു വൈൻബോട്ടിൽ ശക്തിയായി പൊട്ടിച്ചു. എന്നിട്ട് എന്നെ നോക്കി ഒരു ചിരി ചിരിച്ചു.

അയാം സ്റ്റിൽ യംഗ്.

എന്നിട്ട് പ്രത്യേകം തയ്യാറാക്കിയ ഒരു ഗ്ലാസിൽ അത് ഒഴിച്ചു. വളരെ ചിട്ടവട്ടങ്ങളോടെ അതെടുത്തു ചുണ്ടത്തുവെച്ചു.

ആ ഇടവേളയിൽ ഞാൻ ചോദിച്ചു.

മാഷ് പഠിച്ചതും പഠിപ്പിച്ചതുമൊക്കെ...

മദിരാശി പ്രസിഡൻസി കോളേജിലാണ് എന്റെ ബി.എ.ഓണേഴ്സ്. അന്ന് ഒരിക്കൽ പനമ്പള്ളി ഗോവിന്ദമേനോൻ കോളേജിൽ വന്നു. വലിയ സംഭവമായിരുന്നു അത്. കൊടിതോരണങ്ങൾ, പ്രസംഗങ്ങൾ, നിർത്താതെയുള്ള കരഘോഷങ്ങൾ...മറ്റൊരിക്കൽ വള്ളത്തോൾ നാരായണമേനോനും വന്നു. സീ, അന്ന് വള്ളത്തോളെന്നൊക്കെ പറഞ്ഞാൽ ആരാ? ഓരോ കാറിന്റെ ഹോണടി കേൾക്കുമ്പോഴേക്കും ഞങ്ങൾ സ്റ്റുഡന്റ്സ് ക്ലാസിന് വെളിയിലേക്കിറങ്ങി നോക്കും. എം. ഗോവിന്ദൻ അന്ന് മദ്രാസിൽ ഒതുങ്ങിക്കഴിയുകയാണ്. അവിടെ അദ്ദേഹത്തെ കാണാനെത്താത്ത ഇന്റലക്ചൽസില്ല. ഒ.വി. വിജയനൊക്കെ പഠിക്കുന്നുണ്ടവിടെ. എന്റെ തൊട്ടടുത്ത ക്ലാസിൽ. മറ്റൊരു കോളേജ് മേറ്റ് എം.എൻ.വിജയനാണ്. വളരെ ഷൈ ആയിരുന്നു അന്ന് അദ്ദേഹം. ഫ്രോയിഡിൽ അപാരപാണ്ഡിത്യം.

ഇടയ്ക്ക് കറണ്ടൊന്നു പോയി. ഉടൻ തിരിച്ചുവന്നു. സംസാരിച്ചുവന്നതിന്റെ ഒഴുക്ക് നിലച്ചു. ഗീവർഗീസ് മാഷിന്റെ മുഖമല്പം ചുവന്നു.

ഇവിടുത്തെ സിറ്റുവേഷൻ വളരെ മോശമായിരിക്കുന്നു. എപ്പഴാ കറണ്ട് വര്വാ വരാതിരിക്ക്യ എന്നൊന്നും പറയാനാവില്ല. ഇവിടെ നെറ്റൊക്കെയിട്ട് ഭദ്രമാക്കിയതുകൊണ്ട് ഒരൊറ്റ കൊതുക് കടിക്കില്ല. അത്രയും ഭാഗ്യം. ഒരിക്കൽ ഒന്നു പുറത്തിറങ്ങിയപ്പോൾ എന്തോ ഒന്ന് ചെവിയിലൂടെ ചുറ്റും. കൈനിവർത്തി ഒരൊറ്റ വീശ് വീശി. ഞാനതിനെ ഒരു ട്രാൻസ്പരന്റ് ബോട്ടിലിലാക്കി കോർപ്പറേഷൻ മേയറുടെ വീട്ടിലേക്ക് ഡ്രൈവ് ചെയ്തു. എന്നിട്ട് നേരെ അങ്ങേരുടെ മുറിയിലേക്ക് ചാടിക്കയറി.

എന്നിട്ട് പറഞ്ഞു, നിങ്ങടെ കോർപ്പറേഷൻ പരിധിയിൽനിന്നു കിട്ടിയതാണ്. ഈ ബോട്ടിലിനകത്ത് എന്താണിരിക്കുന്നതെന്ന് നോക്കൂ.

മേയർ തരിച്ചുപോയി.

സോറി ഗീവർഗീസ് മാഷേന്ന് ഒരേ ക്ഷമാപണം.

ഞാൻ വാൺ ചെയ്തു.

ഞാനിവിടത്തെ സിറ്റിസണല്ല. പക്ഷേ, ഐ ക്യാൻ ഫയൽ എ കേസ് എഗെയിൻസ്റ്റ് യു ആന്റ് യുവർ ഇൻസ്റ്റിറ്റ്യൂട്ട് എന്നു കൂടി പറഞ്ഞിട്ടേ ഞാനവിടെനിന്ന് വന്നുള്ളു.

അപ്പോഴേക്കും ഒരു ഫോൺ വന്നു.

എടുത്തതും ഗീവർഗീസ് മാഷ് ചോദിച്ചു: മി. വിജയൻ, നിങ്ങളൊക്കെ എന്താണിവിടെ ചെയ്യുന്നത്. സ.ഇ.എം.എസ് ഭരിച്ച ഒരു നാടാണിത്.

ഞാൻ കൗതുകത്തോടെ അദ്ദേഹത്തിന്റെ സംഭാഷണം ശ്രദ്ധിച്ചുകൊണ്ടിരിക്കുന്നു.

ഗീവർഗീസ്മാഷ് ഫോൺ താഴെ വെച്ചിട്ട് എന്റെ നേരെ തിരിഞ്ഞു.

ഞാൻ കണക്കിന് പറഞ്ഞു. പാർട്ടി സെക്രട്ടറിയാണ്. കഴിഞ്ഞ തവണ സ്റ്റേറ്റ്സിൽ വന്നപ്പോൾ വീട്ടിലായിരുന്നു താമസം. എ നൈസ് പേഴ്സൺ. പുറമെ റഫായിട്ടു തോന്നും. പക്ഷേ സിൻസിയറായതുകൊണ്ടാ. ഭക്ഷണത്തിൽ കഞ്ഞിയും ചുട്ട പപ്പടവുമാണ് ഇഷ്ടനുപഥ്യം.

ഗീവർഗീസ് മാഷ് കുലുങ്ങിച്ചിരിച്ചു.

ചിരിക്കുമ്പോൾപോലും മാഷ് തന്റെ സ്വന്തം ശരീരമറിയാതിരിക്കാൻ ഏറെ ശ്രദ്ധിച്ചു.

സ്റ്റേറ്റ്സിലെ എന്റെ വീട്ടിൽ വരാത്ത ആരുമില്ല. സ.ബേബി- ഹോ, ജെം ഓഫ് എ പേഴ്സൺ! മ്യൂസിക്ക്, കൾച്ചർ, ലിറ്ററേച്ചർ...അങ്ങേർക്കറിയാത്ത വിഷയമില്ല. മറ്റൊരാൾ സി.പി.ഐയിലെ വൺമിസ്റ്റർ ഇസ്മയിൽ. ഹോ, നമ്മുടെ മരിച്ചുപോയ സിനിമാനടൻ കെ.പി.എ.സി സണ്ണിയെപ്പോലിരിക്കും. പരുക്കനാണ്, വില്ലനാണ് എന്നൊക്കെ തോന്നും. നൈസ് പേഴ്സൺ. നത്തോലിമീനെന്നു പറഞ്ഞാ മരിക്കും. ടെക്സാസീന്ന് ഒരു പരിചയക്കാരോട് പറഞ്ഞ് ഫ്ളൈറ്റിലാണ് വരുത്തിച്ചത്. അതറിഞ്ഞ് അദ്ദേഹം ദേഷ്യപ്പെട്ടു. അദ്ദേഹം വളരെ ലളിതമായ ജീവിതം ഇഷ്ടപ്പെടുന്നു. റിയലി നൈസ് പേഴ്സൺ. എം.എൻ.ഗോവിന്ദൻനായരുടെയൊക്കെ ഒരു ട്രെഡീഷനിൽ വരുന്നവരാണല്ലോ. ങ്ഹാ, അതു പറഞ്ഞപ്പോഴാണ്...ഡോ.പൽപ്പുവിന്റെ ബന്ധുവൊരാൾ അവിടെ പഠിപ്പിച്ചിരുന്നു, പ്രസിഡൻസിയിൽ. മി.നാരായണൻ. വെരി ബ്രില്യന്റ് ഗൈ. നാരായണൻ വരുമ്പോൾ സൂര്യൻ ഉദിച്ചപോലെയാ. വെരി ഹാൻസം. അന്നൊന്നും അവരുടെ കൂട്ടത്തിൽ അത്ര നെറം ള്ളവരില്ല. ഒരുദിവസം ഒരു സംഭവമുണ്ടായി.

ഗീവർഗീസ് മാഷ് വൈൻ വീണ്ടും നിറച്ചു. രണ്ടുതവണ ചുണ്ട ത്തുവെച്ച് അത്യാവേശത്തോടെ കഥ പറയാൻ തുടങ്ങി:

മറക്കില്ല നാരായണനെ, സീ യൂ കാൻഡ് ഇമാജിൻ. അയാൾക്കാ യിരുന്നു, അന്ന് ബുക്ക് ക്ലബ്ബിന്റെ ചാർജ്ജ്. നാരായണൻ പുസ്തകം വായിക്കുമ്പോൾ കാണണം, ഒരുദിവസം ഞാൻ നോക്കുമ്പോൾ കാറൽ മാർക്സിന്റെ 'ദാസ് ക്യാപിറ്റൽ' വായിച്ചോണ്ടിരിക്കുകയാണ്. നമ്മുടെ കെ.ദാമോദരന്റെ തൊട്ടയൽവാസിയുമുണ്ടായിരുന്നു. വൺ മി. പീതാം ബരക്കുറുപ്പ്. നൈസ് ഗൈ! ക്ലീൻ മീശയാണ്. പിറകോട്ട് മുടി ചീകി കാണാൻതന്നെ വലിയ ചന്തമാ. വെരി ഹാൻസം. ങ്ഹാ! പീതാംബര ക്കുറുപ്പും നാരായണനും ചേർന്ന് ഒരുമിച്ചിരുന്ന് 'ദാസ് ക്യാപിറ്റൽ' വായിച്ചോണ്ടിരിക്കുമ്പം ഒരു വലിയ സംഭവം നടന്നു. സീ, ഞാനിന്നും മറന്നിട്ടില്ല. ഒരു ട്യൂസ്ഡേ ഈവനിംഗ്, ആ സംഭവത്തിൽ ഞാനവരെ വളരെ റഫായിട്ട് ബ്ലെയിം ചെയ്തു. പക്ഷേ, മനഃപൂർവ്വം സംഭവിച്ചത ല്ല. ദാസ് ക്യാപിറ്റലിന്റെ എഴുത്തിയൊമ്പതാമത്തെ പേജ് മറിക്കുന്നത് രണ്ടുപേരും കൂടിയായിപ്പോയി. ക്റ്..ന്ന് പേജ് വിലങ്ങനെ കീറിപ്പോ യി. എനിക്കാകെ നിയന്ത്രണം വിട്ടു. ഞാൻ ഷൗട്ട് ചെയ്തു. അന്ന് അതിനൊക്കെ ആരോഗ്യമുണ്ട് കേട്ടോ. ഞാൻ പറഞ്ഞു: നിങ്ങളീ കാണിച്ചത് മേലിലാവർത്തിക്കരുത്. രണ്ടുപേരും പേടിച്ചുപോയി.

ഓർമ്മകളിൽ ലയിച്ച് കണ്ണടച്ച് അദ്ദേഹം കുലുങ്ങിക്കുലുങ്ങി ചിരി ച്ചു. ശരീരമനങ്ങാതിരിക്കാൻ പ്രത്യേകം ശ്രദ്ധിച്ച്...

ചിരിയുടെ ഇടവേളകളിൽ ഒഴിഞ്ഞ ഗ്ലാസിലേക്ക് വൈൻ വീണ്ടും നിറച്ചു.

യു നോ, ഐയാം എയിറ്റിഫോർ. എല്ലാം ഇന്നലെ കഴിഞ്ഞപോ ലെ...എന്തെല്ലാം പൊളിറ്റിക്കൽ കൾച്ചറൽ മൂവ്മെന്റുകൾ. ആദ്യം സുഭാഷ് ചന്ദ്രബോസിന്റെ ഫോർവേർഡ് ബ്ലോക്കിലും പിന്നീട് അവി ഭക്ത കമ്മ്യൂണിസ്റ്റ് പാർട്ടിയിലും പ്രവർത്തിച്ചിരുന്ന എന്റെയൊരു സബോർഡിനേറ്റുണ്ടായിരുന്നു. മി.കുര്യൻ. സ്റ്റുഡന്റായിരിക്കുമ്പോഴേ അയാൾ വലിയ പൊളിറ്റിക്കൽ വർക്കറായിരുന്നു. പോലീസ് ഷൂകൊ ണ്ട് കിക്ക് ചെയ്തു, മുൻവശത്തെ രണ്ടു പല്ലില്ല. ഞങ്ങൾ ഒരുമിച്ചാണ് ഹോസ്റ്റലിൽ. അദ്ദേഹം രഹസ്യമായി ചില ജേർണലൊക്കെ കൊണ്ടു വരും. മുറിയിൽ, അന്ന് പോലീസ് ഇങ്ങനെ വല്ലതുമുണ്ടോ എന്ന് സ്മെല്ല് ചെയ്ത് നടക്കുകയാണ്. കമ്മ്യൂണിസ്റ്റ് പ്രത്യയശാസ്ത്രത്തിലെ പല പല ഇന്നർതിങ്സിനെപ്പറ്റിയും ഞങ്ങൾ ഡിസ്കസ്സ് ചെയ്യും. കുര്യന് ഇത്തിരി പരിസരബോധം കുറവാണ്. അങ്ങനെയാണ് അതു ണ്ടായത്. മറക്കില്ല, ആ ദിവസം. മുട്ട പുഴുങ്ങിയത് കുര്യന് വലിയ

ക്രൈസാണ്. അന്ന് കടകളിലൊക്കെ മുട്ട വിൽക്കുന്നത് കുറവായിരുന്നു. സീ, ഒരുദിവസം കുര്യൻ ടൗണിൽ പോയി പത്ത് മുട്ടയും വാങ്ങി റോഡ് ക്രോസ് ചെയ്യുകയായിരുന്നു. പെട്ടെന്നാണ് ഒരു ട്രക്ക് സ്പീഡിൽ വരുന്നത് കുര്യൻ കണ്ടത്. ട്രക്കെന്നുപറഞ്ഞാൽ, സീ, ഉള്ളിച്ചാക്ക്പോലെയെന്തോ അട്ടിയട്ടിയായി ആകാശംമുട്ടെയാണ് ലോഡ് ചെയ്തിരിക്കുന്നത്. ഓവർ സ്പീഡും. എന്താ പറയ്യാ...ക്രോസ് ചെയ്യുകയായിരുന്ന കുര്യൻ മിന്നൽവേഗത്തിൽ വെച്ച കാൽ തിരിച്ചെടുത്തു. ട്രക്ക് കടന്നുപോകുന്നതുവരെ വെയിറ്റു ചെയ്തു. പക്ഷെ, സംഭവിച്ചത് മറ്റൊന്നായിരുന്നു.

ഗീവർഗീസ് മാഷ് ധൃതിയിൽ മൂന്നാല് കവിൾകൂടി അകത്താക്കി, ചുണ്ടുതുടച്ചു.

കുര്യനല്ലേ ആള്. വെരി ആബ്സന്റ് മൈൻഡഡ് പേഴ്സൺ. ടൗൺ ഹാളിൽ വി.കെ.കൃഷ്ണമേനോന്റെ ഒരു സ്പീച്ചുണ്ടായിരുന്നു. ഹാൾ തിങ്ങിനിറഞ്ഞ് കാലുകുത്താൻ സ്ഥലമുണ്ടായിരുന്നില്ല. അതുകേട്ട് തിരിച്ചുവരുമ്പഴാ ഞാൻ ആ കാഴ്ച കണ്ടത്. കടന്നുപോയ ട്രക്കിൽ കയറ്റിയ ചാക്കുകെട്ടിന്റെ ഉയരം നോക്കി തരിച്ചുപോയ കുര്യന്റെ കൈയിൽനിന്ന് പരപരാ നാലുമുട്ട വീണ് റോഡിൽ ഛിം എന്നു ചിതറി. അയാം റിയലി ഷോക്ക്ഡ്. ആബ്സന്റ് മൈന്റിന്റെ കാര്യത്തിൽ ഞാൻ കുര്യനെ കുറെ വഴക്കുപറഞ്ഞു.

ഹോ, വിമോചന സമരകാലഘട്ടം. കിടന്നു തിളയ്ക്കുകയായിരുന്നില്ലേ...അന്നത്തെ മന്ത്രിസഭയിലാരൊക്കെയായിരുന്നു! സിംഹങ്ങളല്ലേ, സിംഹങ്ങൾ! ഒരുദിവസം അവിടത്തെ കോൺഗ്രസ്സുകാരൊക്കെ ഒരു പണി പറ്റിച്ചു. ഞാനന്ന് ഹോസ്റ്റലിലായിരുന്നു താമസം. നടന്നുപോകും കോളേജിലേക്ക്. അന്നുമിന്നും ഞാൻ രണ്ടുനേരം നടക്കും. ഉറക്കം, ഭക്ഷണക്രമം, വായന-ഒക്കെ ചിട്ടപ്പടിയിലാ അന്നും ഇന്നും. അതിനെ തടസ്സപ്പെടുത്തുന്നതൊന്നും ഞാൻ സഹിക്കില്ല. അതുകൊണ്ടെന്തായി, മീറ്റ്സും ചീസുമൊന്നും കഴിക്കുന്നതിന് ഇന്നും എനിക്കൊരു കൊഴപ്പവുമില്ല. മന്ത്‌ലി ചെക്കപ്പുണ്ട്. കഴിഞ്ഞതവണ കാലിഫോർണിയയിൽനിന്ന് മൂത്തമകൻ വിളിച്ചേർപ്പാടാക്കിയ ഡോക്ടർ വിമൽ. അറിയില്ലേ, വകേല് നാലപ്പാട്ട് നാരായണമേനോന്റെ കസിന്റെ പേരക്കുട്ടിയായിട്ടുവരും. വെരി നൈസ് പേഴ്സൺ. പുള്ളി പറയുവാ, പോക്കു കണ്ടിട്ട് നൂറ്റമ്പതിലേ ചാകൂന്ന്. ഹ ഹ ഹ. ഞാൻ കൊറെ ചിരിച്ചു. എന്തൊരു ഹ്യൂമർസെൻസ്. അത്രേം ഹ്യൂമർ സെൻസ് ഞാൻ കണ്ടത് നായനാരിലാണ്. അമേരിക്കയിൽ വന്നപ്പോൾ വീട്ടിലായിരുന്നു താമസം. ഉലുവ മൂപ്പർക്ക് നിർബന്ധാ. സിനിമ വലിയ ക്രൈസാ.

കണ്ടോണ്ടിരിക്കുമ്പം ചിരിച്ച് ഊപ്പാട് കലക്ക്ണ കമന്റ് വരും. പക്ഷേ, കൃഷ്ണപിള്ള, വെരി സീരിയസ്, ഹെന്തൊരു തേജസ്സാണെന്നോ, കണ്ണുകൾക്ക്. പാവം നേരത്തെ പോയി. മറ്റൊരാൾ വർഗീസാണ്. പാർട്ടിക്കുള്ളിൽ ഇത്തിരി അച്ചടക്കം കൂടി പാലിച്ചിരുന്നെങ്കിൽ ഇന്ന് ചീഫ് മിനിസ്റ്ററാ. അയാം സോ സാഡ്. എന്തു നേടി, ഒരു വാർത്തയാ യേനേ സ്റ്റേറ്റ്സിന്. അത്ര സിൻസിയറാ. ജെം ഓഫ് എ പേഴ്സൺ.

ഒരു നീണ്ട നെടുവീർപ്പിട്ട്, ഗീവർഗീസ് മാഷ് ഒന്നെഴുന്നേറ്റ് മൂത്ര മൊഴിച്ചുവന്നതും വേലക്കാരി ഊണ് മേശപ്പുറത്ത് നിരത്തി.

ഗീവർഗീസ്മാഷ് കൈകഴുകി വരുമ്പോഴേക്കും അതാ വരുന്നു ഫോ ൺ. ആദ്യം മലയാളത്തിൽ തുടങ്ങി ഇംഗ്ലീഷിൽ അവസാനിച്ച സംസാ രം. ഇടയ്ക്കു ചിരിയും ഇടയ്ക്ക് ആശ്ചര്യവ്യാക്ഷേപ പദങ്ങളും.

ഫോൺ വെച്ചിട്ട് ഗീവർഗീസ് മാഷ് എന്റെ നേരെ തിരിഞ്ഞു.

ആന്റണിയാണ്. നൈസ് പേഴ്സൺ. വെരി വെരി സിൻസിയർ. പറ ഞ്ഞിട്ടെന്താ, ഡിഫൻസൊന്നും നമുക്കു വേണ്ടാന്ന ഞാൻ നൂറുവട്ടം പറഞ്ഞതാ. പുള്ളിയെയും പറഞ്ഞിട്ടു കാര്യമില്ല. പാർട്ടി തീരുമാനി ക്കുമ്പം എന്തുചെയ്യാൻ പറ്റും? സ്റ്റേറ്റ്സിൽ വരുമ്പോഴൊക്കെ വീട്ടിൽ നിന്നാ ഉച്ചയൂണ്. ഒരു നിർബന്ധബുദ്ധിയുമില്ല. കഞ്ഞിയോടാണ് കൂടു തൽ പ്രിയം. വെരി നൈസ് പേഴ്സൺ. അത്തരം ചെറുപ്പക്കാരെത്ര യുണ്ട് നമുക്ക്.

ങ്ഹാ. അതു പറഞ്ഞപ്പഴാ, പുന്നപ്ര വയലാർ സമരം കൊടുമ്പിരി ക്കൊണ്ടിരിക്കുന്ന കാലം. ഹോ, സഖാവ് ടി.വി.തോമസൊക്കെ ആരാ! സകലരും ഒളിവിലാ. അന്ന് എനിക്ക് ഇരുപത് കഴിഞ്ഞിട്ടുണ്ടാവും. ചോരത്തിളപ്പിന്റെ കാലം. വല്ലപ്പോഴും വരുന്ന പത്രം. പാർട്ടിയുടെ ജേർണലും നോട്ടീസുമൊക്കെ കൈമാറി മുഷിഞ്ഞിട്ടുണ്ടാവും. കാര്യം കല്ലച്ചിൽ നൂറോ ഇരുന്നൂറോ കോപ്പിയേ അടിക്കുവെങ്കിലും പത്ത് രണ്ടായിരം പേര് കൈമാറിക്കൈമാറി വായിക്കും. ഇതൊക്കെ വായിച്ച് വിപ്ലവം തലയ്ക്കുപിടിച്ച് നടക്കുകയാണ് ഞാൻ. ഉടൻ വിപ്ലവം- അതാ ണെന്റെ നിലപാട്. സഖാവ് ആർ.സുഗതന്റെ അടുത്ത ഒരു ബന്ധു വൻ മി. രാഘവനും ഞാനും പുന്നപ്രവയലാർ സമരത്തിന്റെ പശ്ചാ ത്തലത്തിൽ ചില കത്തിടപാടുകളൊക്കെ നടത്തി. രാഘവനും കുറെ ക്കാലം ഒളിവിലായിരുന്നു. പോലീസുകാരുടെ അടികൊണ്ട് ട്യൂബർകുലോസിസ് വന്നു മരിച്ചു. പാവം, രാഘവനും ഞാനും കത്തോ ടുകത്താണ്. മുഖ്യമായും പാർട്ടി നയരേഖകൾ. ഞങ്ങളുടെ ഭാവിസ ങ്കല്പങ്ങൾ-അങ്ങനെയങ്ങനെ. ഒരുദിവസം ഞാനൊരു തീരുമാനത്തി ലെത്തി. ഇനിയും പിടിച്ചുനിൽക്കുന്നതിൽ കാര്യമില്ല എന്ന ഒരേ

തോന്നൽ. പിന്നെ ഒന്നും നോക്കിയില്ല. നേരെ ആലപ്പുഴയ്ക്കു വച്ചു പിടിച്ചു. പുലർച്ചയ്ക്കാണ് ബോട്ട്. ഉറങ്ങുന്ന അപ്പന്റെ കാലിൽ തൊട്ടു വന്ദിച്ച് യാത്രയായി. തിരിച്ചുവരാൻ പറ്റുമോയെന്ന് ആർക്കറിയാം. നേരെപോയി രാഘവനെ കണ്ടു. ഒളിവിലിരിക്കുന്ന വീടു കണ്ടുപിടിക്കാൻ ഒരുപാട് ബുദ്ധിമുട്ടി. ഒന്നാമത് റിസ്ക്കാണ്. പോലീസുകാർ മണം പിടിച്ച് നടക്കുകയാണെന്ന് ഓർക്കണം. ഏതു നിമിഷവും എവിടെനിന്നും ചാടിവീഴാം. ഐ കാൻ നെവർ ഫോർഗെറ്റ് ഇറ്റ്. ഉച്ചയോടെ ഞാൻ രാഘവനെ കണ്ടുപിടിച്ചു. ഒരു ഹരിജന്റെ ചെറ്റപ്പുരയിലായിരുന്നു ഉച്ചഭക്ഷണം. നല്ല കഞ്ഞിയും ചുട്ട പപ്പടവും. ങ്ഹാ, മേമ്പൊടിക്ക് ഉണക്കമീൻ വറുത്തതും. ഹോ, അതുപോലൊരു ഉണക്കമീൻ ഞാനെന്റെ ജീവിതത്തിൽ കഴിച്ചിട്ടില്ല. ഉച്ചക്കഞ്ഞിയും കഴിച്ച് നേരെ ഞാൻ സന്ധ്യയ്ക്കു മുമ്പ് വീട്ടിലെത്തി. അതുകൊണ്ട് അപ്പന്റെ ഭാഗത്തുനിന്ന് ഒരു ക്വസ്റ്റ്യനും ഉണ്ടായില്ല. പക്ഷേ, കുറ്റബോധംകൊണ്ട് എനിക്ക് ഒരാഴ്ച അപ്പന്റെ മുഖത്തുനോക്കാൻ കഴിഞ്ഞില്ല. ങ്ഹാ ഇതു പറഞ്ഞപ്പഴാ...

അപ്പോഴും ഫോൺ ബെല്ലടിച്ചു.

മലയാളത്തിൽ തുടങ്ങി ശടപട ഇംഗ്ലീഷിൽ മാഷ് ഏതോ പുലിയോട് സംസാരിക്കുകയാണ്, ഗീവർഗീസ് മാഷ്.

ഫോൺ താഴെവെച്ച് അദ്ദേഹം പറഞ്ഞു. നമ്മുടെ ഉമ്മനാണ്. ചാണ്ടിയേ. പണ്ടുനടന്ന ഒരു തമാശയോർത്തപ്പം ഒന്ന് ഷെയർ ചെയ്യാൻ വിളിച്ചതാണ്. ട്രിവാൻഡ്രത്തു കാർ നിർത്തി ഷർട്ടിന്റെ തുണി വാങ്ങാൻ ഇറങ്ങിയതാ ചാണ്ടി. കാര്യം, കുറെ പുതിയ ഷർട്ടടിച്ചുവെക്കാൻ സമയമായി. മുന്തിയ ഖദർതുണിക്കിപ്പം തറവാട് വിൽക്കണം വിലയാണത്രേന്നും പറഞ്ഞ് ഒരേ ചിരിയാ മൂപ്പര്.

ഗീവർഗീസ് മാഷിന് ചിരിയടക്കാനേ കഴിയുന്നില്ല. ചിരിയുടെ യഥാർത്ഥകാരണം അവതരിപ്പിക്കുമ്പോഴേക്ക് ഞാൻ എഴുന്നേറ്റു.

എന്നാൽപ്പിന്നെ മാഷേ, സമയമായി. നാളെ ഞാൻ വരാം.

ഗീവർഗീസ് മാഷിന് അതത്ര രസിച്ചില്ലെങ്കിലും അദ്ദേഹം എനിക്കു പോകാൻ അനുമതി തന്നു.

അതിനുമുമ്പ് അകത്തുപോയി എനിക്കൊരു കവർ എടുത്തുകൊണ്ടുവന്നു തന്നു. എനിക്കറിയാം. അതിൽ ആയിരത്തിന്റെ ആറു ചുവന്ന നോട്ടുകളുണ്ടാവും. ഇന്ന് എന്റെ ശമ്പളദിവസമാണ്. ഒരിക്കലും അദ്ദേഹം അതു മുടക്കിയിട്ടില്ല.

എന്റെ വീട്ടുകാര്യങ്ങൾ നന്നായി നടന്നു പോകുന്നുണ്ട്. പക്ഷേ, എനിക്ക് ഈയിടെയായി വല്ലാത്ത ഒരു മറവി ബാധിച്ചിട്ടുണ്ടെന്ന് ഭാര്യ

പറയുന്നു.

ഒരുദിവസം പാതിരാത്രി ഉറക്കത്തിൽ നിന്നെഴുന്നേറ്റ് ഞാൻ വെയിസ്റ്റുവീപ്പയിൽ എന്തോ തിരയുന്നതുകണ്ട് ഭാര്യ വല്ലാതായി.

അവൾ ലൈറ്റിട്ടതും ഞാൻ മിഴിച്ച് ഒരേ നോട്ടമാണ്.

നിങ്ങളെന്താണീ പരതുന്നത്? അവൾ കരച്ചിലിന്റെ വക്കിലെത്തിയിരുന്നു.

ഞാൻ ചോദിച്ചത്രേ, എവിടെയാണീ ഗീവർഗീസ് മാഷ് പോയൊളിച്ചിരിക്കുന്നത്? നീയെങ്ങാനും കണ്ടോ?

അവളെന്നെ കെട്ടിപ്പിടിച്ച് കുറെ കരഞ്ഞു. പാവം അവൾ ഹിസ്റ്ററിയെടുത്ത് എം.എ പാസായിട്ട് എത്ര വർഷമായീന്നാ വിചാരം? പി.എച്ച്.ഡിക്ക് ഒന്ന് രജിസ്റ്റർ ചെയ്യാൻപോലും അവൾക്കിതുവരെ പറ്റിയിട്ടില്ല. അവളുടെ ഗതിയോർത്ത് ഞാനും കുറെ കരഞ്ഞു.

ഇതു പറഞ്ഞപ്പോഴാ മറ്റൊരു കാര്യം ഓർത്തത്.

ഒരിക്കൽ എനിക്ക് ഗീവർഗീസ് മാഷിനോട് ചോദിക്കണം, കേരള ചരിത്രത്തിൽ എവിടെയാണ് താങ്കൾ? എല്ലായിടത്തും നിറഞ്ഞുനിൽക്കുമ്പോഴും താങ്കൾ പാലിച്ച അസാമാന്യമായ ആ ദൂരമുണ്ടല്ലോ, ആ കലാരൂപത്തിന് നമുക്കൊരു പേരില്ലാതെ പോയതെന്തേ?

അതല്ലാതെതന്നെ അതായിരിക്കുന്നതിന്റെ പുതിയ കാലത്ത് ഞാൻ അങ്ങയെ ഗുരുവായി സ്വീകരിക്കട്ടെയോ?

●

www.ingramcontent.com/pod-product-compliance
Lightning Source LLC
LaVergne TN
LVHW060143051026
849517LV00007B/2550